AF655730

वन हॅबिट अ डे

अशदीन डॉक्टर हे हॅबिट कोच म्हणजे सवयींना वळण लावणारे तज्ज्ञ आहेत. एका उत्तम आयुष्याची सुरुवात तितक्याच उत्तम सवयीने होत असते, असे त्यांचे ठाम मत आहे.

IVM वर ते 'हॅबिट कोच' या पॉडकास्टचे सूत्रधार आहेत. याचा दररोज एक भाग प्रसारित होतो. आजवर असे हजारो भाग प्रसारित झाले आहेत. भारतातील स्वयंप्रगती शिकवणाऱ्या प्रसारण मालिकेतील अशदीन हे प्रमुख नाव आहे. त्यांच्या भाषणात असे अनेक विषय चर्चिले जातात, जे ऐकून व्यक्ती स्वतःची प्रगती घडवून आणू शकते.

जगभरातल्या असंख्य लोकांच्या समवेत ते काम करतात. त्यांना स्वतःच्या सवयी बदलण्यासाठी मदत करतात. त्यांची अत्यंत महत्त्वपूर्ण भाषणं वेगवेगळ्या कार्यशाळा आणि सांघिक शिकवणी यांतून ते स्वतःच्या उत्तम जीवनशैलीच्या उपदेशाचा प्रसार करतात. या व्यतिरिक्त ते ऑरमॅक्स कन्सल्टंट्स प्रायव्हेट लिमिटेड, ऑरमॅक्स मीडिया प्रायव्हेट लिमिटेड आणि ऑरमॅक्स इव्हॉल्व प्रायव्हेट लिमिटेड या संस्थांच्या संचालक पदावर कार्यरत आहेत. 'लाईट ऑफ लाइफ ट्रस्ट' नावाच्या एका एनजीओचे ते विश्वस्त आहेत. या संस्थेतर्फे जगभरातील वंचित मुलांसाठी ते कार्य करतात.

या पुस्तकाच्या विक्रीतून येणाऱ्या कमाईतील काही भाग ते शिक्षणाचा प्रसार करणाऱ्या विविध संस्थांना देणार आहेत.

लोकप्रिय आयव्हीएम पॉडकास्ट, 'THE HABIT COACH'™ वर आधारीत

अशदीन डॉक्टर

वन हॅबिट अ डे

आयुष्य बदलणाऱ्या ३१ सवयी

अनुवाद : रमा नाडगौडा

ekadā

ekadā

First published in English as *One Habit a Day* in 2023 by Westland Books, a division of Nasadiya Technologies Private Limited

Published in Marathi as *One Habit a Day* in 2025 by Ekadā, an imprint of Westland Books, a division of Nasadiya Technologies Private Limited

No. 269/2B, First Floor, 'Irai Arul', Vimalraj Street, Nethaji Nagar, Alapakkam Main Road, Maduravoyal, Chennai 600095

Westland, the Westland logo, Ekadā and the Ekadā logo are the trademarks of Nasadiya Technologies Private Limited, or its affiliates.

ISBN : 9789371971713

10 9 8 7 6 5 4 3 2 1

The views and opinions expressed in this work are the author's own and the facts are as reported by him, and the publisher is in no way liable for the same.

Typeset by Madhushree Publication, Pune

Printed at Nutech Print Services, India

अनुक्रमणिका

कुणाचेच मूल्यांकन करू नका

तुम्ही उर-नामूबद्दल ऐकले आहे का? पुरातन शहर उर येथील सुमेरियन घराण्याचा तो संस्थापक होता. सर्वांत जुना ज्ञात कायदेपंडितदेखील होता. ख्रिस्तपूर्व २२०० सालात म्हणजे आजपासून साधारण चार हजार वर्षांपूर्वी त्यांनी एक कायद्याची सुसंघटित पद्धत निर्माण केली होती, जिचा पाया कारण आणि परिणाम असा होता. उर-नामूच्या कायद्याचा मूळ नियम असा होता : समजा एखाद्या माणसाने खून केला तर त्याचा वध करायचा. समजा एखाद्या माणसाने जबरी चोरी केली, तर त्याचा वध करायचा. साधारणत: यावरून तुम्हाला कल लक्षात येईल.

तुम्ही जर आंतरजालावर शोध घेतला तर तुम्हाला या कायद्यांची एक मोठी यादी पाहायला मिळेल. मातीच्या विटांवरती खोदून यांचे संरक्षण केले गेले. आज अनेक शतकांनंतर उर-नामूचे हे कायदे एक प्रकारे करमणुकप्रधान ठरले आहेत. या सर्व कायद्यांमध्ये गुलामगिरी, गुलामांची मालकी आणि स्त्रीचे विवाहपूर्व (पत्नी होण्याआधी) कौमार्य अबाधित असणे याबद्दल नियम आहेत. आजच्या काळात आपण याबद्दल विचारसुद्धा करू शकत नाही आणि तरीही कोणे एकेकाळी एक पूर्ण समाज याच नियमांनी बद्ध होऊन आपले आयुष्य जगत होता. निदान उर या शहरात तरी हाच कायदा लागू होता.

योग्य वर्तनासाठी कायदे हे एक प्रकारची पायाभूत चौकट पुरवतात. उर-नामू याने हे कायदे समाजाने नैतिकतेने वागावे आणि जगावे या सद्हेतूने निर्माण केले असतील; परंतु आज जर यांचे पालन करायचे झाले, तर

ते अधार्मिक होईल, तेव्हापासून आजपर्यंतच्या काळात आपली कायदेशीर नियामक पद्धती खूप बदलली व सुधारली आहे. आताचे कायदे खूप गुंतागुंतीचे आहेत. आपल्या कायद्यांच्या पालन समितीवर एक न्यायाधीश नेमलेला असतो. लोकांना ज्या ज्या प्रकारचे हक्क कायद्याने दिलेले आहेत त्यांचे संरक्षण करण्यासाठी अनेक पदरी कायदे, अनेक पातळ्यांवर अस्तित्वात आहेत.

आज आपल्याला असे वाटते की, जी काय कायदेशीर पद्धती आज अस्तित्वात आहे ती पूर्वीपेक्षा खूप चांगली आहे. पण आजपासून ४००० वर्षांपूर्वी हीच पद्धत अमानवी आणि रानटी पद्धतीची वाटू शकली असती. याचे कारण असे की, योग्य आणि अयोग्य याची व्याख्या स्थिर नसते. ती सातत्याने बदलत जाते. जसा समाज बदलतो तशा नीतिमत्ता आणि नियम बदलतात. जसजसा काळ पुढे जातो, तसतसं कुठली गोष्ट स्वीकारार्ह आहे किंवा नाही याच्या कल्पनासुद्धा बदलत जातात.

ज्या वेळेला आपली अशी ठाम समजूत होते की, ज्याला आपण योग्य किंवा न्याय म्हणतो आहे तेच एकमेव अबाधित आणि कुठल्याही प्रकारचा बदल होऊ न शकणारे सत्य आहे. जेव्हा आपण असे नियमित करून टाकतो की, एखादी गोष्ट करण्याची हीच एकमेव पद्धत योग्य आहे त्या वेळेला आपोआपच इतर सर्व पद्धती चुकीच्या ठरतात, बाद होतात. परंतु आत्ता पाहिल्यानुसार हे सिद्ध होते की, योग्य अशी कुठलीही एकच गोष्ट नाही. सर्व गोष्टी या परस्परावलंबित असतात.

आपण जेव्हा कुठल्याही गोष्टीचे वर्गीकरण चूक किंवा बरोबर, चांगले किंवा वाईट अशा पद्धतीने करायला लागतो, तेव्हा आपण त्यांचा न्यायनिवाडा करायला सुरुवात केलेली असते आणि ही जी सर्व गोष्टींची न्याय करण्याची आपली सवय आहे तीच आपल्या आयुष्यात प्रश्न निर्माण करत असते. आपण लोकांना विवक्षित कप्प्यांमध्ये टाकायला सुरुवात करतो. त्यांच्यापासून अंतर राखायला सुरुवात करतो आणि आपल्या मनातल्या भ्रामक, बऱ्या-वाईटाच्या कल्पनांनुसार आपण स्वतःभोवती भिंती उभारायला सुरुवात करतो.

तुम्ही जर आजच्या समाजाच्या वेगवेगळ्या प्रश्नांचे नीट निरीक्षण केले, तर तुम्हाला एक गोष्ट लक्षात येईल की, आपण सतत माणसांना

आपल्यापासून परके करत जातो आणि एकमेकांमध्ये अंतर निर्माण करत असतो. लोक काय खातात? कसे कपडे घालतात? कशी भाषा बोलतात? यावरून आपण त्यांचा न्यायनिवाडा करायला सुरुवात करतो आणि हे आपण इतक्या सहजतेने आणि तातडीने करत असतो की, त्यांची संपूर्ण कहाणी काय आहे हे जाणून घेण्याचाही आपण प्रयत्न करत नाही. तितका वेळच देत नाही.

जेव्हा आपण झटकन एखाद्याचा निवाडा करत असतो, त्या वेळेला माणुसकीचा एक सगळ्यात मूलभूत गुणधर्म इथे नाहीसा होतो, तो म्हणजे सहनशक्ती. सहनशक्ती ही आपली अशी एक क्षमता आहे, जी इतरांच्या सहअस्तित्वाला मान्य करते आणि त्यांच्या दृष्टिकोनालासुद्धा मान्य करते. आपल्याला त्यांचे मत पटत नसले तरीही त्याचा स्वीकार करण्याची तयारी असते. आपण जेव्हा दुसऱ्याचा निवाडा करतो, त्या वेळेला व्यक्तींमध्ये असलेल्या या फरकाचे अस्तित्व मान्य करण्याचे आपण नाकारतो. इतर कुठल्याही पद्धतीने विचार करण्याची किंवा त्या अस्तित्वात असण्याच्या शक्यता, पर्याय आपण संपूर्णपणे नाकारूनच टाकतो. इतरांबद्दल असा न्यायनिवाडा करण्याआधी क्षणभर अशी कल्पना करून पाहा की, आपण दुसऱ्या कुठल्यातरी दृष्टिकोनातून या बाबींचा विचार करतो आहोत किंवा त्यांच्याकडे पाहतो आहोत.

तुमच्या सवयींचा प्रशिक्षक म्हणून मी तुम्हाला नवीन काही शिकण्याच्या विरोधात असलेल्या तुमच्या घट्ट झालेल्या समजुतीला बदलण्याचे आवाहन करतो. तुम्हाला न पटणाऱ्या कुठल्याही गोष्टीवर शिक्का मारून तिला संपूर्णपणे नाकारण्याच्या आधी यातून तुम्हाला काय शिकता येईल आणि काय घेता येईल, याचा निदान प्रयत्न तरी करून पाहा. कुठल्याही गोष्टी घट्ट, चौकटीबद्ध आहेत या विचारापासून दूर जा आणि वेगवेगळ्या पर्यायांना तुमच्या विचारांत, मनात जागा करून द्या.

ही सवय निर्माण करणे शक्तिशाली आहे, कारण यातून तुम्ही स्वतःला शिकण्याची सवय लावणार आहात, ज्यातून प्रगती होणे साध्य होते. न्यायनिवाडा करण्याची सवय तुमच्या बुद्धीला बांध घालते/खुंटवते.

नुकतीच मी एका शेतावर रात्र घालवली. शांतपणे बसून मी आभाळातल्या ताऱ्यांकडे बघत होतो. अचानकच नदीच्या पलीकडून मला

कर्णकर्कश संगीत ऐकू आले आणि लोकांच्या प्रचंड आरडाओरड्याचा आवाज आला. यावरून हे लक्षात आले की, ते खूप छान मौजमजा करून आनंद घेत आहेत. माझी पहिली प्रतिक्रिया ही वैतागाची होती. 'काय मूर्ख माणसे आहेत. इतक्या शांत सुंदर वातावरणाचा ते नाश करत आहेत', असा विचार माझ्या मनात आला. पण मी ताबडतोब स्वतःला थांबवले. मला ज्याप्रमाणे निसर्गाचा आनंद घ्यायला आवडतो, तसाच तो इतरांना आवडलाच पाहिजे हे गरजेचे नाही. त्यांनी स्वतःच्या मनाला मोकळे करून एकमेकांबरोबर आनंद घेण्याचे ठरवले. जे मी बऱ्याच काळापासून केलेच नव्हते. मित्र-मैत्रिणींबरोबर मजा, मस्ती करण्याचा आनंद काही वेगळा असतो, याची मी स्वतःला आठवण करून दिली आणि मी तत्क्षणी शांत झालो. तुम्ही स्वतःला दुसऱ्याचा न्यायनिवाडा न करण्याची सवय कशी लावू शकता, याचे हे एक छोटेसे उदाहरण आहे.

कुठल्याही प्रसंगात खाडकन न्याय करून मोकळे होणे हे घडतच राहणार आहे. पण तिथल्या तिथे हे ओळखून आपल्या मनातून ते वजा करून टाकायला शिका. म्हणून जेव्हा जेव्हा तुम्ही कुठल्याही गोष्टीला किंवा व्यक्तीला कुठल्याही कारणाने तोलत असता त्या वेळेला थांबा आणि स्वतःला हा प्रश्न विचारा : मी यातून काय शिकू शकतो? जगाकडे पाहण्याचा हा एक कुठला वेगळा नवा मार्ग आहे का? यात कुठली नवी कल्पना आहे का?

कशाचाही विचार करताना योग्य वा अयोग्य किंवा चांगले वा वाईट या व्याख्यांनुसार करू नका. ते महत्त्वाचे नाही. जे आज चांगले आहे ते कदाचित उद्या वाईट असू शकेल. ही संज्ञा प्रवाही आहे. कुठलीही गोष्ट ठाम आणि एकमेव सत्य असत नाही.

शेवटी एक गोष्ट लक्षात घ्या की, या संपूर्ण प्रकरणात मी एकदाही न्याय करणे ही गोष्ट चूक किंवा अयोग्य आहे असे म्हटलेले नाही. मी न्यायनिवाडा करण्याच्या सवयीचा निवाडा केलेला नाही. मी फक्त तुम्हाला अजून एक दृष्टिकोन देऊ केला आहे.

सराव

यानंतर जेव्हा तुमच्यासमोर अशी व्यक्ती येईल, जी तुमच्यापासून संपूर्णपणे वेगळी असेल त्या वेळेला तुम्ही स्वतःच्या विचारांचे निरीक्षण करा. तुम्ही त्यांना चूक किंवा बरोबर ठरवत आहात का?

तसे असेल तर स्वतःमध्ये थोडी सहनशक्ती बाणवण्याला सुरुवात करा.

त्याच गोष्टीकडे वेगळ्या दृष्टिकोनातून पाहण्याचा प्रयत्न करा.

तुम्ही त्यांचा दृष्टिकोन का पाहू शकता, याची दोन कारणे लिहून काढा.

....

....

....

त्यानंतर तुम्ही निरीक्षणांनी शोधलेल्या या दोन कारणांमधून तुम्ही काय शिकू शकता हे लिहून काढा. तुमचा स्वतःचा दृष्टिकोन संपूर्णपणे वेगळा असला तरीही नवीन काय शिकता येईल ते लिहा.

....

....

....

तुमच्या दैनंदिन परस्परसंवादात या गोष्टीचा सराव करा. मग तुम्हाला हळूहळू हे लक्षात येईल की, समोर येणाऱ्या प्रत्येक व्यक्तीला चूक/ बरोबर/ योग्य/ अयोग्य अशा वेगवेगळ्या कप्प्यांमध्ये ठेवण्याची गरज नसते. जितके तुम्ही स्वतःला नवीन गोष्टी शिकण्यासाठी प्रवृत्त कराल, तितका तुमचा दृष्टिकोन अधिकाधिक प्रवाही होत जाईल.

आनंदाची सवय

'हॅप्पी' हा शब्द नॉर्स भाषेतील 'हॅप' म्हणजे सुदैव किंवा संधी यावरून आला आहे, हे तुम्हाला ठाऊक आहे का? याचप्रमाणे फ्रेंच भाषेतील बोन्यूर हा आनंदी असण्यासाठीचा शब्दसुद्धा ह्युर यावरून आलेला आहे. याचाही अर्थ सुदैव किंवा संधी असाच आहे. जर्मन भाषेतील ग्ल्युक या शब्दाचा अर्थसुद्धा हाच आहे. यावरून असे दिसते की, सुदैव आणि आनंद ह्या भावना एकमेकांत गुंफलेल्या आहेत. आतापर्यंत कदाचित तुम्हाला असे वाटत असेल की, आनंद किंवा आनंदी असणे ही एक सातत्य असणारी भावना नसून ती फक्त कधीतरी किंवा संधी मिळाली, तर नशिबानेच मिळू शकते, असे काही मला म्हणायचे आहे. (मी काय करतो आहे हे लक्षात आले आहे का तुमच्या?)

मग याचा अर्थ असा होतो का की, आनंदी असणे हे आपल्या हाती नाही किंवा आपण सुदैवी असलो तरच आनंदी असू शकतो? या दोन गोष्टी एकमेकांशिवाय अस्तित्वात असू शकतात का? सुदैव आनंदी असण्याशिवाय किंवा आनंद सुदैवाशिवाय असू शकतो का? आपण जेव्हा आनंदी असतो, तेव्हाच आपण सुदैवी असतो का? आणि आयुष्य जर इतक्या विविध आणि परस्परविरोधी अनिश्चिततांनी भरलेले असताना आनंदी असण्यासाठी दर वेळेला दैव आपल्या बाजूने असायलाच हवे आहे का?

शेकडो वर्षांपूर्वी जेव्हा दुष्काळ आणि युद्ध या दोनच गोष्टी ग्रामीण आयुष्यात सातत्याने घडत होत्या, त्या वेळेला ही गोष्ट खरी असू शकेल.

कदाचित जेव्हा भाग्य त्यांच्या बाजूने असेल त्याच वेळेला त्यांना काही आनंद मिळू शकत होता. आजच्या आधुनिक काळात आपल्यासमोर या किंवा इतर प्रकारची संकटे आणि अवघड परिस्थिती नाहीत, यासाठीच आपण स्वतःला सुदैवी समजले पाहिजे.

पण तरीही आनंद हा फक्त सुदैवावरच अवलंबून आहे, यावर मी बिलकूल विश्वास ठेवणार नाही. आनंदी असणे या अवस्थेच्या निर्मितीसाठी आपण सातत्याने कार्यरत असायला हवे. आनंद मिळवणे हे आपल्या आयुष्याचे ध्येय आणि साध्य असायला हवे.

आनंद हाच तुमच्या मूलभूत सवयींचा एक भाग असायला हवा, ही कल्पना मी तुमच्या मनात रुजवू इच्छितो. फक्त असा विचार करून पाहा की, जर आपण सतत आनंदी असण्याची सवय स्वतःला लावली, तर आपण स्वतःच्या वेळ आणि ऊर्जेला हेच साध्य करण्याची दिशा देऊ शकतो!

आत्तापर्यंत ज्या व्याख्यांचा निर्देश केला आहे, त्यावरून असे दिसून येते की, आनंदी असणे ही मनाची सातत्याने असणारी नैसर्गिक अवस्था नाही. कुणीही सतत आनंदी असत नाही आणि हे आपल्याला भेटणाऱ्या प्रत्येक व्यक्तीच्या बाबतीत दिसू शकते. आपल्या मनाचा मूलभूत ढाचा हा नकारात्मकता, दुर्लक्ष, दुःख आणि भीती हाच आहे. कुणीही अकारण खूश असेल, तर ते दृश्य आपल्याला गोंधळात पाडते.

एक प्रयोग करून पाहा : तुम्ही स्वतःच्या कार्यालयात हसऱ्या चेहऱ्याने एक फेरी मारा. मी पैजेवर तुम्हाला सांगतो की, लोक तुम्हाला थांबवतील आणि विचारतील की, आज तुम्ही इतके खूश का आहात? कारण ती एक क्वचित घडणारी गोष्ट आहे. तुम्ही फक्त अशी कल्पना करून पाहा की, आनंद ही तुमच्या मनाची स्थायी स्थिती आहे आणि दुःख, नकारात्मकता किंवा ताणतणाव याचे प्रदर्शन ही खूप क्वचित घडणारी आणि विचित्र गोष्ट समजली जाईल. हे किती खास असेल ना?

आता अशी कल्पना करून पाहा की तुमचे आयुष्य हे दीर्घकालीन आनंदी स्थितीमध्येच आहे. तुम्ही सतत आनंद, कृतज्ञता, सकारात्मकता आणि शांतता यांसह जगत आहात. हे घडणे शक्य आहे यावर तुम्ही विश्वास ठेवावा अशी माझी इच्छा आहे.

आपल्या मनातील नकारार्थी विचार आणि घट्ट रुजून बसलेल्या अश्रद्धा

हा आनंदी असण्याच्या सवयींचा सराव करण्यातील सगळ्यात मोठा अडसर आहे. अशा प्रकारचे किती विचार आपल्या मनात सातत्याने दररोज घोडदौड करत असतात, हे एकदा आठवून पाहा.

आपल्या बाबतीत काहीतरी चांगले घडते आणि तरीही अगदी तत्काळ अनुभवलेल्या आनंदानंतर ताबडतोब आपण आता काय चुकीचे होऊ शकेल याची चिंता करायला सुरुवात करतो. कुणीतरी येऊन आपला हा आनंद किंवा सुदैव हिरावून नेईल, याची आपण काळजी करत राहतो. आपल्या या सुदैवाला किंवा आपल्याला मिळणाऱ्या गोष्टींना कुणीतरी नजर लावेल अशीही चिंता आपल्याला वाटते.

बऱ्याचदा आपण निव्वळ या कारणाने दुःखी असतो की, जे दुसऱ्याकडे आहे ते माझ्याकडे नाही. आपण सतत स्वतःची आणि इतरांची तुलना करत राहतो.

यात एक विचित्र गोष्ट अशी आहे की, प्रत्येक व्यक्तीच्या मनात त्याची त्याची दुःखाची अशी एक ठाम संहिता असते आणि तो चित्रपट त्याच्या मेंदूत सतत चालू असतो. ते कदाचित एकटेपणाबद्दल असेल, स्वतःच्या नालायकीबद्दल असेल, स्वतःवर झालेल्या अन्यायाबद्दल असेल, आयुष्यात प्रेम नाही किंवा त्याहून काही ठोस असे नाते नाही याबद्दल असेल, वजन कमी-जास्त आहे, पैसे कमी-जास्त आहेत याबद्दल असेल. प्रत्येकाचे स्वतःचे असे काही खासगी दुःख असते.

तुमच्या सवयींचा प्रशिक्षक म्हणून मी हे सांगू इच्छितो की, तुमची स्वतःची ही ठाम संहिता काय आहे, हे तुम्हाला ओळखता आले पाहिजे. आनंदी होण्यापासून आपले कुठले विचार आपल्याला रोखत आहेत हे एकदा तुम्हाला कळले की, मग त्याबाबतीत तुम्ही काहीतरी करू शकता. स्वतःच्या नकारार्थी किंवा दुःखी विचारांना जाणून घेणे हे आनंदी असण्याच्या सवयीकडे टाकलेले पहिले पाऊल असते.

आता दुसरी पायरी आहे की, ज्या ज्या वेळी तुमच्या मनात नकारार्थी विचार येईल, त्या त्या वेळी तो विचार बाजूला सारून त्या जागी एखाद्या सकारात्मक विचाराला जाणीवपूर्वक जागा करून देणे. तुमची सकारात्मक कल्पना आणि विचारांची एक यादी सतत हाताशी तयारच ठेवा. रोज सकाळी उठलात की, अपूर्ण राहिलेल्या सगळ्या गोष्टींची चिंता करायला

सुरुवात करायच्या आधी थांबा. एक क्षणभर स्वतःला वेळ द्या आणि म्हणा, 'आजचा दिवस हा अतिशय उत्तम असणार आहे, यावर माझा ठाम विश्वास आहे.' आज हे ताबडतोब घडेलच असं नाही किंवा तुम्हाला तसे वाटेल असेही नाही. हे हळूहळू, सावकाश घडत जाणार आहे. पण आपण आनंदी असायला हवे, असे जर तुम्हाला वाटत असेल तर तुम्ही अथकपणे या गोष्टीचा सराव करत राहा.

तुमच्या मनातल्या नकारात्मक संहितेनुसार या वाक्यामध्ये तुम्ही बदल करू शकता. हे लक्षात ठेवा की, तुम्ही स्वतःच्या नकारात्मकतेचा विरोध करता आहात. तुम्हाला अपूर्ण वाटत असेल, तर हे सतत म्हणत राहा की, 'मी पुरेसा आहे.' तुम्हाला हवी असलेली गोष्ट दुसऱ्या कुणाकडे तरी असेल तर स्वतःला हे सांगा की, 'मी त्यांच्या आनंदात सहभागी आहे आणि कधीतरी मलाही ते मिळेल असा मला विश्वास वाटतो.'

स्वतःला दुःखी करणाऱ्या विचारांना किंवा नकारात्मक विचारांना सकारात्मक विचारांनी विरोध करत राहा. तुम्ही जर अडखळलात, तर लक्षात घ्या, तुम्हाला मिळालेल्या कुठल्याही गोष्टीबद्दल मनात कृतज्ञता भाव असणे हीच ती ताकद आहे, जी तुम्हाला किंवा तुमच्या विचारांना सतत सकारात्मकतेकडे नेणारी योग्य स्थिती आहे.

याने तुमचे प्रश्न सुटणार आहेत का? अर्थात्च नाही. तुम्ही जर वैद्यकीयदृष्ट्या नैराश्यग्रस्त असाल, तर आनंदी राहण्याची सवय लावल्यामुळे तुम्ही अचानक आनंदी व्हाल का? तर, नाही... असे होणार नाही. यामुळे इतकेच घडेल की, आनंदी असण्याच्या तुमच्या सवयीचा किंवा आनंदी विचार करण्याच्या सवयीचा पाया रचला जाईल. स्वतःच्या मनातील नकारात्मक विचार ओळखून त्यांना नाहीसे करण्याची सुरुवात होईल. तुम्ही स्वतःच्या भावनांवर अधिक चांगल्या पद्धतीने ताबा मिळवू शकाल आणि हेच जर तुम्ही पुरेशा काळापर्यंत सातत्याने करत राहिलात, तर तुमच्या अंतर्मनाला याची सवय लागेल. तुमच्या दिवसाची सुरुवात चांगली होईल. तुम्हाला दिवसभर सतत शांत वाटू शकेल. तुमची चाल उत्साहवर्धक होईल आणि तुमची नजर आनंदाने चमकू लागेल!

तर आनंदी असण्याची दैनंदिन सवय लावून घेण्यासाठी तुम्ही दोन टप्प्यांनी प्रयत्न करा. एक, तुमच्या नकारार्थी आणि दुःखी विचारांना ओळखा

आणि दोन त्यांच्या जागी जाणीवपूर्वक आनंदी आणि सकारात्मक विचार पेरत राहा. सुरुवातीच्या काळात तुम्हाला यासाठी स्वतःवर खूप जबरदस्ती करावी लागेल. याची सवय लागेपर्यंत तुम्हाला न थकता हे करत राहावे लागेल. स्वतःला हे सतत बजावत राहा की, आयुष्य अतिशय चांगले आहे, आजचा दिवस उत्तम आहे, मी उत्साहानेच कार्यरत राहणार आहे, मला आज खूप मजा येणार आहे, मी ही परीक्षा उत्तम रीतीने देणार आहे.

सुरुवातीला हे जरा मूर्खपणाचे वाटेल. तुमचे जुनेच नकारात्मक विचार वारंवार तुमच्या मनावर ताबा मिळवण्याचा प्रयत्न करत राहतील. कधी कधी तुम्हाला वाटेल की, मी हा निरर्थक प्रयत्न का करतो आहे? सकारात्मक विचार करणे तुम्हाला अशक्यच होऊन बसेल. पण तरीही मी तुम्हाला हे सुचवेन की, ही कृती तुम्ही दररोज करतच राहा.

शेवटी हे लक्षात घ्या की, खरे सुदैव तेच आहे जे तुम्ही निर्माण करता आणि जर आनंद आणि सुदैव या दोन गोष्टी परस्परांमध्ये गुंफलेल्या असतील तर अशाच प्रकारे प्रयत्न करत राहून आपण स्वतःचा आनंदसुद्धा निर्माण करू शकू!

सराव

संपूर्ण दिवसभरात तुमच्या मनात सातत्याने येणारे तीन नकारार्थी किंवा दुःखी विचार लिहून काढा.

....

....

....

यानंतर या दुःखी विचारांना पुसून काढू शकतील, असे तीन विचार लिहून काढा.

....

....

....

ज्या ज्या वेळी स्वतःच्याही नकळत तुम्ही त्याच त्या दुःखी विचारांच्या मालिकेमध्ये पुन्हा एकदा अडकला आहात असे तुम्हाला जाणवेल त्या वेळेला जाणीवपूर्वक स्वतःच्या मनात सकारात्मक आणि चांगले विचार आणा. सुरुवातीला इतर सर्व गोष्टींप्रमाणेच हे करणे तुम्हाला विचित्र किंवा अशक्य वाटेल. पण तुम्ही जितका अधिक सराव कराल, तितके हळूहळू तुम्हाला आपले नकारार्थी विचार ओळखता येणे आणि त्यांचे रूपांतर सकारात्मक विचारात करणे जमू लागेल. मनात होकारार्थी विचार रुजवणे हा तुमचा स्वभाव बनेल आणि त्यामुळे पुन्हा सुदैवावर अवलंबून राहण्याची तुम्हाला आवश्यकताच उरणार नाही.

मनाच्या बागेची मशागत करा

प्रदीर्घ काळापर्यंत चालत आलेली युद्धे ही त्या युद्धात सहभागी झालेल्या देशांवर प्रचंड मोठा ताण असतात. युद्ध काळामध्ये अन्नधान्य पुरवठा आणि अन्नासाठी तुम्हाला दिलेली तिकिटे हा जगण्याचा एक मोठा भाग असतो. दुसरे महायुद्ध याला अपवाद नाही. या काळात अमेरिकन सरकारला आपल्या नागरिकांना पुरेसा अन्नपुरवठा करणे अशक्य झाले होते. कारण खूप सारे अन्नधान्य सीमेवर लढणाऱ्या सैनिकांना पाठवणे भाग होते आणि त्यानंतर उर्वरित अन्न मागे राहिलेल्या लोकांमध्ये वाटून द्यावे लागत होते.

या अन्न तुटवड्याचा सामना करण्यासाठी सरकारने नागरिकांना विजयी बागांचे (Victory Gardens) संगोपन करण्यासाठी प्रोत्साहन दिले. लोकांना अन्नधान्यासाठी जी तिकिटे दिली होती, त्यांना पूरक म्हणून त्यांनी आपल्या बागांमध्ये फळे, भाजीपाला, मसाले इत्यादींचे उत्पादन करावे असे सरकारने सांगितले. लोकांना ही कल्पना फारच आवडली. नागरिकांनी त्यांच्याकडे उपलब्ध असलेल्या जमिनीमध्ये, शेतात, अंगणात, परसात, सार्वजनिक बागांत, घरांच्या छतावर आणि शक्य असेल तिथे तिथे फळभाज्या इत्यादींचे उत्पन्न घेणे सुरू केले. यासाठी सरकारने एक सुप्रसिद्ध वचनाचा प्रचार केला होता. 'आपल्या विजयासाठी, मशागत करा.'

माझ्या कार्यालयीन कामाच्या संदर्भात जेव्हा मी दुसऱ्या महायुद्धाचा अभ्यास करत होतो, त्या वेळेला पहिल्यांदा मी या विजयी बागांबद्दल ऐकले. मला ही कल्पना अतिशय आवडली! प्रत्येक व्यक्ती आपल्या स्वतःच्या अन्नासाठी जबाबदार असेल आणि जोडीने ती आपल्या देशाला विजयी करण्यासाठी हातभार लावेल. अशा प्रकारच्या बागा लावण्यामुळे

मागे राहिलेल्या जनतेला जगण्यासाठी एक उद्देश मिळाला. त्यांच्या मनात ही भावना निर्माण झाली की, आपल्या सैनिकांना प्रत्यक्ष युद्धस्थळावर लढण्यासाठी आपण मदत करत आहोत आणि आपल्या देशाला विजय मिळवून देण्यात आपण काहीतरी सक्रिय हातभार लावत आहोत.

यातून एक साधे सत्य मला उमजले. जे कोणी अशा प्रकारे स्वतःच्या बागा लावतील त्यांना खायला अधिक चांगले अन्न मिळेल आणि कितीही कठीण काळ आला तरी त्यांचे जगणे सुलभ राहील. जे कोणी अशा प्रकारच्या बागा लावणार नाहीत, त्यांना खायला कमी अन्न मिळेल आणि परिणामस्वरूप त्यांना त्रास सहन करावा लागेल.

हेच तत्त्व आपल्या मनाला किंवा मेंदूलासुद्धा लागू होते, जे एक प्रकारे बागेसारखेच आहे. त्याचे उत्तम प्रकारे संगोपन करणे आणि त्यातून मिळणारी फळे चाखणे यासाठी आपण स्वतःच सर्वस्वी जबाबदार आहोत. बागकामाची जवळपास सगळीच्या सगळी तत्त्वे मनाच्या मशागतीला लागू होतात.

बागेची वेळच्यावेळी मशागत केली नाही, तर तण माजते. आपल्या मनाच्या बागेबद्दल बोलायचे झाले, तर नकारात्मक विचार हे तण आहेत. सकारात्मक विचारांना आवश्यक असणारी पोषणद्रव्ये ते खाऊन टाकतात. ज्याप्रमाणे मूळ पिकापेक्षा तण अधिक वेगाने वाढते, तसेच हे नकारात्मक विचार वेळीच थांबवले नाहीत तर घट्ट मूळ धरतात आणि पसरत जातात.

कुठलाही कुशल माळी हे जाणतो की, तण उपटण्याचे काम सतत, नियमित करावे लागते. आपल्या मनाच्या बागेच्या चांगल्या वाढीसाठी ही पहिली पायरी आहे. नकारात्मक विचारांचे 'तण उपटून काढा'. आपल्या मनात हे तण माजत जाते आणि चांगल्या झाडाचे खत खाल्ल्यासारखेच चांगल्या विचारांचे आवश्यक पोषणद्रव्य खाऊन टाकते.

एकदा तुम्ही हे तण काढून टाकले की, दुसरी पायरी आहे त्या जागी कुठल्या प्रकारचे बियाणे रुजवायचे आहे ते ठरवणे. बियाणे म्हणजे आपल्या कल्पना किंवा आपले उद्देश. लावणी करण्याआधी त्याची योग्य ती निवड करावी लागते. आज तुम्ही सत्र्याचे रोप लावले, तर पाच वर्षांनी त्या झाडाला सफरचंद लागण्याची अपेक्षा करू शकत नाही. आपल्याला जी फळे हवी आहेत, त्याप्रमाणे योग्य निवड करायला हवी. तर मग चांगल्या गुणवत्तेची उत्तम बीजे कशी निवडायची? तुमच्या मेंदूला योग्य ती विविध बियाणे पुरवण्याचा

सर्वोत्तम मार्ग आहे 'वाचन' करणे, प्रेरणादायी वक्त्यांची भाषणे ऐकणे आणि त्यासोबत नवनवीन संकल्पना व विचार यांचा शोध व पाठपुरावा करणे.

तुमच्या सवयींचा प्रशिक्षक म्हणून या पुस्तकातील प्रत्येक प्रकरण, माझे विविध पॉडकास्ट, व्हिडिओज, मी लिहिलेल्या पोस्ट्स ही तुमच्यासाठी उत्तम बियाणं आहेत. मी हे कार्य अतिशय गांभीर्याने करत असतो. तुमच्या मनाच्या बागेला पटकन फळे येणार नाहीत. पण तुम्ही योग्य त्या बीजांची पेरणी केलीत, तर कालांतराने एक सुंदर आणि पोषक बाग तयार होणे शक्य आहे.

आता तुम्ही योग्य ते बीज पेरले आहे, तर पुढील पायरी आहे त्यांना फळे-फुले येण्यासाठी त्यांची योग्य ती काळजी घेणे. आपले दैनंदिन विचार हे आपण त्यांना देणारे पाणी असते. तेच विचार जे आपल्या मनात सतत घोळत असतात. तुम्ही पेरलेल्या चांगल्या बियाणांना तुम्ही योग्य त्या विचारांचे जल पुरवत आहात ना? का तुम्ही त्यांच्यावर अतिविचार आणि दुराग्रहांचा मारा करत आहात? का तुम्ही बीज लावून त्यांना पाणी घालायचे विसरूनच जाता? घरातल्या त्या रोपासारखे जे पाण्याअभावी करपून गेले...

आत्मनिरीक्षण आणि तुमच्या दिवसाची व्यवस्थित आखणी करणे यांमुळे तुम्ही पेरलेल्या बीजाला योग्य ते पाणीपुरवठा करू शकता. त्यांच्या वाढीसाठी योग्य तितके लक्ष देणे - जरुरीपेक्षा जास्त नाही की कमी नाही. तुमचे योग्य विचार या बागेला पोषणमूल्य देतील दुराग्रही विचार त्याला नष्ट करतील.

आता या बागेची भरभराट व्हायची असेल, तर त्याला योग्य ते खतसुद्धा दिले पाहिजे. हे खत म्हणजेच आपल्या वाचनातून आणि अनुभवातून आपण जे काही शिकतो ते ज्ञान आहे. तुम्हाला आपल्या बागेची भरभर वाढ व्हायला हवी असेल, तर तुम्ही सतत विद्यार्थिदशेत असणे योग्य ठरते. तुमच्या मनातील बागेला यातून बरोबर हवे ते खत मिळत राहते. तुमच्या स्वप्नांच्या बागेला फुलण्यासाठी उच्च दर्जाचे खत देणे अति आवश्यक असते.

आता ही मनाची बाग संपूर्ण भरात आली आहे, तर यातल्या किडीचे काय कराल? कारण कुठल्याही नैसर्गिक बागेसारखे यातही वेगवेगळे कृमी-कीटक आणि जनावर शिरून तुम्ही तयार केलेल्या चांगल्या फळाफुलांना खाऊन टाकतील, कुरतडतील किंवा त्यांचा नाश करतील. आपल्याला आपले डोके खाणारी अनेक माणसे माहीत असतात. ते आपल्याकडून सतत घेत राहतात. त्यांच्याकडून आपल्याला काही मिळत

नसते. ते आपल्या स्वप्नांना कुरतडत राहतात. ते सतत आपल्या कामात लुडबूड करतात. आपण कष्ट करून निर्माण करत असलेल्या कुठल्याही गोष्टीची वाट लावतात. हे सगळे आपल्या मनाच्या बागेतले किडे आहेत.

राग, सूड अशा कीटकनाशकांचा वापर केला, तर ते नष्ट होतीलही, पण त्यामुळे आपल्या बागेत विचार साचतो. त्या ऐवजी आपण सेंद्रिय शेती करणाऱ्यांचे उपाय वापरले पाहिजेत. अशीच पिके घ्या, जी मुळातच कीड विरोधक असतील. अशा कल्पना ज्या किडे-कीटकांना अनाकर्षक वाटतील व ते त्यांच्याकडे फिरकणारच नाहीत. त्यांना ज्या व्यक्तीबद्दल अफवा पसरवायच्या असतील त्यांच्याबद्दल तुम्ही सहानुभूती दाखवा किंवा स्वतःभोवती असे कुंपण घालून घ्या, जे ओलांडून ते आत येऊच शकणार नाहीत.

तुम्ही यापैकी कुठलाही मार्ग निवडा, परंतु हे कृमी-कीटक तुम्ही काळजीपूर्वक जोपासना करत असलेल्या बागेतून बाहेरच राहतील याची मात्र खबरदारी घ्याच. मनाच्या बागेच्या वाढीसाठी सगळ्यात शेवटची, परंतु अत्यावश्यक गोष्ट आहे, संयम. कुणीही माळी तुम्हाला हे सांगू शकेल की, झाडे रात्रीत वाढत नसतात. योग्य ऋतू येतो, तेव्हाच झाडांना फुले येतात. झाड परिपक्व झाल्यानंतरच त्याला फळधारणा होते. कच्ची फळे तोडली, तर ती वाया जातात. फार उशिराने काढली, तर ती झाडावरच सडून जातात. संयम ही तुमच्या मनाच्या बागेची मशागतीची गुरुकिल्ली आहे.

तुम्ही या प्रक्रियेच्या प्रेमात पडायला हवे. तुम्ही बागेची प्रेमाने काळजी घ्या. ती तुम्हाला फळे-फुले देईल.

तर, तुम्हाला ज्या प्रकारचे मन, बुद्धी हवी आहे ते मिळवण्याची सोप्पी सवय म्हणजे मनाची काळजी घ्या. तुम्ही जोपासत असलेल्या एखाद्या बागेप्रमाणे या मनाची मशागत करा. तुम्ही दुर्लक्ष केले, तर ही बाग निरुपयोगी आणि अनाकर्षक होऊन जाईल. तण काढा, बी लावा, पाणी घाला, खत घाला, कृमी-कीटकांचा नाश करा आणि वाट पाहा. संयम ठेवा.

दुसऱ्या महायुद्धातल्या त्या विजयी बागांप्रमाणे तुमच्या मनाची बाग ही तुमच्या यशस्वी आयुष्याची गुरुकिल्ली आहे.

सराव

एक शांत जागा शोधा आणि तिथे आरामात बसा. तुमचा मोबाईल फोन किंवा लक्ष वेधून घेणारी इतर कुठलीही गोष्ट असेल, तर ती काही क्षणाकरता तुमच्यापासून दूर ठेवा.

तुमच्या मनातील बागेला तुमच्या नजरेसमोर चित्रित करा.

आता तुम्हाला सगळ्यात आधी तण उपटून टाकायचे आहे. तण म्हणजे तुमचे नकारार्थी विचार. दिवसभरातील वेगवेगळ्या विचारांचे निरीक्षण करा. यातील कुठलेही तीन नकारात्मक विचार निवडा आणि तुमच्या बागेतून त्यांना तुम्ही उपटून काढून फेकून देत आहात असे चित्र तुमच्या डोळ्यांसमोर आणा. त्यांना तुमच्या बागेत इथून पुढे कुठलीही जागा असणार नाही.

....

....

....

आता बियाणे लावण्याची वेळ झाली आहे. तुम्हाला भविष्यात कुठल्या प्रकारची फळे हवी आहेत? ही फळे म्हणजे तुमचे ध्येय, साध्य, छंद आणि चांगल्या कल्पना. नीट विचार करा आणि यातील तुम्हाला सर्वाधिक महत्त्वाच्या किंवा जवळच्या वाटतील अशा दोन कल्पना लिहून काढा.

....

....

....

आता या बियाणांना योग्य त्या प्रमाणात पाणी देणे गरजेचे आहे, त्यामुळे तुम्ही स्वतःच्या ध्येयावर नियमितपणे काम करणे गरजेचे आहे. लक्ष केंद्रित करा.

नियमितपणे त्यावर काम करत राहा. तुमच्या सवयींचा पाठपुरावा करा. त्यामध्ये सातत्य राखा.

....

....

....

....

दिवसभरात किमान ३० मिनिटे तरी तुम्ही वाचनासाठी किंवा नवीन काही शिकण्यासाठी राखून ठेवा. हे तुमच्या मनाचे खत आहे. तुम्ही ज्या पुस्तकातून किंवा विविध स्रोतातून काही ना काही शिकला आहात, त्यांच्याबद्दल लिहून काढा.

....

....

....

....

तुमच्या बागेचे रक्षण करा. कृमी-कीटकांसारख्या असलेल्या माणसांपासून सावध राहा जी तुम्हाला सतत नाउमेद करत असतात. तुमच्या ध्येयांची राखण करा. तुमच्या बागेचे तुम्ही कुठल्या प्रकारे रक्षण करणार आहात आणि कुणाकुणापासून त्यांना वाचवणार आहात हे लिहून काढा.

....

....

....

सरतेशेवटी संयम राखा आणि अथकपणे आपले काम करीत राहा. योग्य ऋतू येतात. तुमच्या झाडाला फुले येतील आणि फळे धरतील.

संताप निरुपयोगी असतो

तुम्हाला हे ठाऊक आहे का की, संताप येण्यासाठी कुठलाही एकच संप्रेरक काम करत नाही? यामुळे संताप ही एक गुंतागुंतीची किंवा विविध संप्रेरकांच्या समन्वयातून निर्माण होणारी भावना आहे असे दिसते. माणसाने रागाच्या भरात वस्तूंची फेकाफेक करणे, तारस्वरात मोठमोठ्याने ओरडणे किंवा किंचाळणे, स्वतःला शांत न करता येणे या सगळ्यांमुळे व्यक्ती स्वतःचे आणि त्यांच्या परिसराचेही नुकसान करत असतात.

थोडक्यात सांगायचे तर संतापावर ताबा मिळवला नाही, तर तो विनाशक ठरतो. तो जाळून टाकतो. वस्तूंचा नाश करतो. मला जवळपास दर आठवड्याला संताप किंवा राग या गोष्टीवर पॉडकास्ट करा, अशी विनंती केली जाते. माझ्या असे लक्षात आले आहे की, हा एक सर्वत्र आढळणारा सामाईक प्रश्न आहे. संताप हा खरेतर विविध भावनांचा मिश्र उद्रेक आहे. आपण अशा जगात राहतो जिथे माणसांच्या भावनांना फारसे महत्त्व दिले जात नाही. आपल्या भावनांना समजून घ्यायला आपल्याला शिकवले जात नाही. त्यामुळे आपल्याला या भावनांना कसे हाताळायचे हे समजत नाही. भावनांची हाताळणी कशी करायची, हे आपल्याला ठाऊक नसल्याचा टाळता न येणारा परिणाम म्हणून माणसाला संताप येतो.

तुम्ही विचार करा. याआधी तुम्हाला कधी राग आला होता? त्या वेळी तुमच्या मनात नेमके काय चालले होते? तुम्ही कशाचा विचार करत होता? कुणीतरी तुम्हाला काही केले का? तुम्ही काही केले का?

अत्यंत प्राथमिक पातळीवर म्हणायचे झाले, तर कुठल्यातरी एखाद्या

घटनेची प्रतिक्रिया म्हणून माणसाला राग येत असतो. कधी कधी हे बाह्य कारणांनी घडते. आपल्या परिसरात, वातावरणात काही घडले असेल, तर राग येतो किंवा आपल्या अपेक्षाभंगांमुळे हे घडू शकते.

यात लक्षात ठेवण्याची मुख्य गोष्ट म्हणजे जरी एखाद्या प्रसंगाने संताप येऊ शकत असला तरी प्रत्येक जण प्रतिक्रिया म्हणून संतापतोच असे नाही. या इथे हे उघड आहे की, दोष फक्त त्या प्रसंगाचाच नसतो.

बहुतेक संतापी माणसे दोन वेगवेगळ्या प्रकारची असतात. पहिली अशी ज्यांचा आपल्या रागावर अजिबात ताबा असत नाही. जे आपल्या क्रोधाला स्वतःवर स्वार होऊ देतात. पूर्णपणे रागाच्या आहारी जातात आणि त्यामुळे त्यांचा भडका उडतो.

याउलट दुसऱ्या प्रकारची माणसे अशी असतात की, ज्यांनी अनेक वर्षे आपल्या संतापाला मनात दाबून टाकलेले असते. घट्ट झाकण लावून कोंडलेल्या रागामुळे त्यांच्या सर्वच भावना दाबून ठेवल्या जातात. कुठल्याही प्रकारच्या भावनांचा ते ना स्वतःवर परिणाम होऊ देतात, ना त्यांना उघड होऊ देतात. हे दोन्हीही प्रकार आरोग्यास हानिकारक आहेत. तुम्ही यातल्या कुठल्या प्रकारात बसता?

आपण स्वतःच्या क्रोधावर ताबा नसलेल्या व्यक्तींविषयी आधी बोलू या.

योग्य ती साधने नसतील, तर क्रोधावर ताबा मिळवण्याचा इतर कुठलाही मार्ग उपलब्ध नाही. सर्वप्रथम व्यक्तीने याचा स्वीकार केला पाहिजे की, आपण आपल्या रागाला चालकस्थानी बसवले आहे आणि आपल्या संपूर्ण वर्तनाचा ताबा या संतापाला घेऊ दिला आहे. तुम्ही जेव्हा शांत होता, तेव्हाच तुम्ही क्रोधाला चालकाच्या स्थानापासून बाहेर काढू शकता आणि आत्मपरीक्षण करण्याइतपत वेळ मिळवू शकता.

मी या पायरीला शवचिकित्सा म्हणतो. कारण हे तेव्हाच घडते, जेव्हा संतापाने तुमचा सर्वनाश करून झालेला असतो.

त्यामुळे एकदा तुम्ही शांत झालात, की मग नेमके काय घडले आहे याचे परीक्षण तुम्ही करावे, अशी माझी इच्छा आहे. नेमका तुम्हाला इतका राग कशामुळे आला? करा काय तुम्ही स्वतःवरचा ताबा पूर्णपणे हरवू शकलात? कोणती कळ दाबली गेल्यामुळे तुमच्या बाबतीत हे घडले? तुम्ही त्या वेळी काय केले? त्या परिस्थितीत तुम्ही वेगळे काय करू शकला असता?

यानंतर तुमच्या उद्रेकाला कारणीभूत होणाऱ्या नेमक्या त्या एका भावनेला तुम्ही शोधून काढावे असे मला वाटते. ती भीती, इच्छा, द्वेष, अपेक्षाभंग, निराशा, आश्चर्य, हीनत्वाची भावना यांपैकी काहीही एक असू शकते. ही यादी पुष्कळ मोठी असू शकते. यातल्या सगळ्याच भावनांचे वर्णन करायला आपल्याकडे शब्द उपलब्ध नसल्यामुळे आपण त्यांना संताप असे नाव देऊन टाकतो.

यात तुम्ही करण्यासारखी योग्य गोष्ट म्हणजे तुमच्या सर्वच भावनांची एक यादी करा. याला तुमच्या भावनांचा 'तक्ता' म्हणता येईल. हा तक्ता आंतरजालावर सहज उपलब्ध आहे. तुम्ही जेव्हा या विविध भावनांना नाव देऊ शकाल, तेव्हाच त्यांना वेगवेगळे करून या प्रत्येकाबद्दल तुम्हाला नेमके काय वाटते हे सांगता येणे शक्य आहे. हा टप्पा किंवा पायरी अतिशय महत्त्वाची व तितकीच गुंतागुंतीची आहे. यामुळेच तुम्हाला राग येताक्षणीच त्याला हाताळता येणे शक्य होणार आहे.

अंतिम घडीला आत्तापर्यंत तुम्ही या भावनांच्या शवविच्छेदनांतून जे काही शिकला आहात, त्याचा तुम्ही उपयोग करावा असे मी सुचवतो. तुम्हाला राग आणणाऱ्या परिस्थितीला तुम्ही यापेक्षा कुठल्या वेगळ्या प्रकाराने हाताळू शकता? रागामुळे तुमचे काही भले होणार आहे की, यातून फक्त तुमच्या विफलतेला बाहेर फेकण्याचा मार्ग मिळणार आहे? यातून तुम्हाला सुसंवाद साधता येणे शक्य होणार आहे का? तुम्ही भांडतच राहणार आहात की तिथून निघून जाणार आहात?

प्रत्येकाला राग येण्याचे कारण वेगळे असू शकते आणि तो व्यक्त करण्याचा मार्ग किंवा पद्धतसुद्धा वेगवेगळी असते. राग आवरण्यासाठी सर्वसमावेशक असा कुठलाही एकच उपाय नसतो.

आता जे काही मी तुम्हाला सांगितले तो फक्त एक साचा आहे. मी जेव्हा सवयींचे प्रशिक्षण वर्ग घेत असतो, त्या वेळेला माझ्याकडे येणाऱ्या विविध ग्राहकांना त्यांच्या संताप येण्याच्या दोषावर काबू मिळवण्यासाठी मी याचा वापर करत असतो. त्यामुळे त्यांच्या विविध नातेसंबंधात बराच सुधार आला आहे.

माझे काही मुख्य कार्यकारी अधिकारी ग्राहक आहेत, जे आपल्या कार्यकालीन सभांमध्ये बऱ्याचदा स्वतःवरचा ताबा गमावून बसतात. वस्तूंची

फेकाफेक करतात. हाताखाली काम करणाऱ्या लोकांवर खेकसतात. मी सांगितलेले उपाय केल्यानंतर त्यांना स्वतःच्या वर्तनावर ताबा मिळवता आला आहे.

तुमचा सवयींचा प्रशिक्षक म्हणून मी हे सांगू इच्छितो की, क्रोध ही निरुपयोगी गोष्ट आहे, हे तुम्हाला कळायलाच हवे. त्याला योग्य तो मार्ग दाखवला नाही तर त्यातून फक्त नुकसानच संभवते.

याउलट, जर तुम्हाला येणारा संताप नेमका कुठून येतो आहे, त्यामागे तुमच्या कुठल्या भावना आहेत, हे जर तुम्हाला कळले, तर स्वतःला समजून घेणे तुम्हाला अधिक सोपे जाईल.

एक अतिशय साधी सवय तुम्हाला स्वतःचा क्रोध आवरण्याला मदत करू शकते. दर वेळेला तुम्हाला अनावर संताप आला की, त्यानंतर या घटनेचे विच्छेदन करा. आत्मपरीक्षण करा आणि त्याचे कारण वेळच्या वेळीच समजून घ्या.

मी सांगितलेल्या वेगवेगळ्या पायऱ्यांनुसार तुम्ही स्वतःवर काम करा आणि तुमच्या आयुष्याच्या गाडीचे तुम्ही स्वतः चालक बना. तुमच्या रागाला तुमचा ताबा घेऊ देऊ नका.

सराव

या प्रयोगासाठी एक प्राथमिक शून्य पायरी आहे आणि त्यानंतर क्रमाने एक ते तीन टप्पे आहेत.

या सरावाची प्राथमिक पायरी म्हणजे आंतरजालावर जा आणि भावनांचा तक्ता मिळवून त्याची छापील प्रत तयार करा.

तुम्हाला कधीही राग आला की, तो ओसरून जाण्याची वाट बघा. रागाला शांत होऊ द्या. त्यानंतर विचार करा आणि नेमक्या कुठल्या भावनांमुळे तुम्हाला या वेळेला राग आला आहे ते लिहून काढा.

....

....

....

हाच प्रसंग, जर तुम्हाला पुन्हा सामोरे जाता आले, तर तुम्ही तो कुठल्या वेगळ्या प्रकाराने हाताळू शकाल? या मुद्द्याची चिकित्सा करा.

....

....

....

आता तुमची प्राथमिक पायरी करून झाली असेल, तर तुम्ही पहिल्या टप्प्यावर या. ज्या ज्या वेळेला तुम्हाला हे लक्षात येईल की, आता आपल्याला राग येतो आहे त्या वेळेला तुम्ही खोल श्वास घ्यायला सुरुवात करा. दीर्घ श्वसन करताना छोटा श्वास घ्या आणि लांब उच्छ्वास करा. तुमचे पूर्ण लक्ष यावर केंद्रित झाले की, तुमचे मन राग येणाऱ्या विचारांवरून दूर जाईल. त्या भावनांची साखळी खंडित होईल.

दुसरी पायरी म्हणजे त्या क्षणी तुम्हाला वाटणारी भावना ओळखा आणि ती लिहून काढा.

कुठली भावना आहे, जी तुम्हाला एवढा प्रचंड संताप आणते आहे? त्या भावना जर एकापेक्षा अधिक असतील, तर त्या सगळ्या लिहून काढा.

....

....

....

तिसरी पायरी म्हणजे या आधीच्या सगळ्या पायऱ्यांमधून जाऊन तुम्हाला मिळालेली माहिती तुम्ही कशाप्रकारे वापरणार आहात. या ज्ञानामधून तुम्ही नेमके कसे वागायचे आहे व का, हे ठरवा.

तुम्ही स्वतःची भूमिका ठामपणे आणि सकारात्मक पद्धतीने मांडण्याचा पर्याय निवडू शकता. तुम्हाला जे योग्य वाटते, त्यासाठी भांडण्याचा पर्याय तुम्ही निवडू शकता किंवा त्या प्रसंगातून आणि परिसरातून त्या वेळेला निघून जाण्याचा पर्याय तुम्ही निवडू शकता.

यांपैकी तुम्ही काहीही केले तरी तुमच्या हे लक्षात येईल की, हे करण्याचा पर्याय आपण जाणीवपूर्वक निवडलेला आहे. हा पर्याय आपण संतापाच्या भरात नाही, तर शांत आणि स्थिर चित्ताने निवडलेला आहे.

....

....

....

या तक्त्याचा वापर करा आणि तुमच्या आयुष्यावर ताबा मिळवा.

बदललेले सकारात्मक असे तुम्ही

माझ्यासाठी सकारात्मकता म्हणजे वास्तवाचा भक्कम पाया असलेली आशापूर्ण कृती. सोप्या भाषेत सांगायचं म्हणजे तुमच्या आजूबाजूला घडणाऱ्या गोष्टींबद्दल तुम्ही आशावादी असायला हवं. कुठल्याही गोष्टीबद्दल तत्क्षणी नकारात्मक निष्कर्ष काढायचा नाही. कुठल्याही गोष्टीला चांगलं किंवा वाईट अशाच दोन प्रकारे पाहायचं नाही तर गोष्टी याहून अधिक चांगल्या होऊ शकतील यावर विश्वास ठेवायचा. म्हणूनच सकारात्मकतेचा सगळ्यात महत्त्वाचा घटक आशा आहे. सकारात्मकता म्हणजेच तुमचा हा ठाम विश्वास असणं की जे काही घडतंय ते चांगलं आहेच परंतु भविष्य याहून अधिक उत्तम होणार आहेच.

मग, ही सकारात्मकता आपण कशी वाढवायची? सर्वप्रथम आपल्या आयुष्यातील नकारात्मक गोष्टींचं ओझं कमी करणे अत्यावश्यक आहे. ज्या लोकांच्या सहवासात आपण वावरतो, ज्या बातम्या आपण वाचतो, जे कार्यक्रम आपण पाहतो. या किंवा याच प्रकारच्या सर्वच बाबतीत अतिरेकी नकारात्मकता असता कामा नये. आपण जेव्हा नकारार्थी गोष्टींना आपल्या आयुष्यातून समूळ नष्ट करू तेव्हाच सकारात्मकतेला आत येण्यासाठी तिथं जागा निर्माण होईल. गोष्टी शोधल्या पाहिजेत त्यांचे स्वागत केले पाहिजे. आपण जाणीवपूर्वक सकारात्मक

गोष्टी, जश्या की आदर्श व्यक्ती, सकारात्मक कथा, होकारार्थी चित्रं, यांना आपल्या आयुष्यात समाविष्ट केलं पाहिजे.

आपल्या अवतीभवतीच्या प्रत्येक गोष्टीत चांगूलपणा आणि आशा

शोधण्याचं आपण स्वतःला आव्हान दिलं पाहिजे. खास करून ज्या गोष्टी आपण बदलू शकत नाही त्यांच्याकडे सकारात्मक दृष्टीने पाहणं गरजेचं आहे. मी स्वतःच्या आयुष्यात सकारात्मकता कशी आणली हे सांगतो.

पायरी १ : मी बातम्या बघणं पूर्णपणे बंद करून टाकलं. रात्री दाखवला जाणारा एखादा विनोदी कार्यक्रम किंवा ज्यातून काही सकारात्मक बातमी दिली जाते असेच काही मी पाहू लागलो बातमी जर तितकीच महत्त्वाची असेल तर कुणी ना कुणी ते मला सांगणारच आहे त्यानंतर मी हळूहळू अशा प्रकारे नकारार्थी बातम्या सांगणाऱ्या लोकांबरोबर परस्पर संवाद थांबवत आणला शक्य होईल तिथे त्यांना त्यांच्या नकारार्थी चक्रातून बाहेर पडण्यासाठी शिकवायला सुरुवात केली. समाज माध्यमावर सतत नकारार्थी विचार मांडणाऱ्या व्यक्तींना अनफॉलो करून टाकलं.

पायरी २ : मी स्वतःभोवती सकारात्मकतेच वातावरण निर्माण केलं. मी सुपरमॅनला ताकद आणि सकारात्मकतेच प्रतीक मानायला सुरुवात केली. म्हणून माझ्याकडे सुपरमॅनचा मग आहे. सुपरमॅनची की चेन आहे. मोबाईलच्या

कव्हरवर सुपरमॅनचं चित्र आहे. माझ्या ऑफिस मधल्या कार्पेटवर सुपरमॅन आहे. लोकांना कदाचित असं वाटेल की मी स्वतःला सुपरमॅनमध्ये परावर्तित करू पाहतोय. परंतु मी त्याच्या प्रतिकात्मतेचा उपयोग करू इच्छितो. माझ्याकडे होकारार्थी संदेश देणाऱ्या कार्डचा गठ्ठा आहे. मी वारंवार त्यांचे वाचन करतो. माझ्याकडे जेव्हा मित्र येतात त्यावेळी ते यातलं कुठलंही एखादं कार्ड उचलतात. त्यातला मजेशीर परंतु होकारार्थी संदेश वाचतात. मला जे जे काही मिळवायचं आहे ते लिहिलेल्या नोट्सनी माझं टेबल भरलेलं आहे. लोक जेव्हा मला विचारतात, 'कसा आहेस?' तेव्हा मी त्यांना उत्तर देतो, 'रॉकिंग!' आणि तुम्हाला माहितीये? मला ते तसंच म्हणायचं आहे.

दैनंदिन आयुष्यात सकारात्मकता वाढवण्याचे हे माझे मार्ग आहेत. तुमचे मार्ग यापेक्षा संपूर्णपणे वेगळेही असू शकतील. सुपरमॅनच असायला हवा असं काही नाही. जगभर घडणाऱ्या दयाळूपणाच्या घटनांबद्दल वाचून तुमच्या मनात सकारात्मकता निर्माण होत असेल. तुम्हाला प्राण्यांचे व्हिडिओ बघायला आवडत असतील. तुम्हाला, अशी एखादी सोपी कृती शोधून काढावी लागेल जी करण्यासाठी विशेष श्रम करावे लागणार नाहीत. अशी गोष्ट किंवा कृती जी तुमच्या अचेतन मनावर तुमच्याही नकळत परिणाम

करेल आणि तुमच्यात सकारात्मकता निर्माण करून वाढवत नेईल.

तुमच्या सवयींचा प्रशिक्षक म्हणून तुम्ही या दोन पायऱ्यांवर काम करा असं मी सुचवेन. नकारात्मकता काढून टाका आणि अवतीभवती सकारात्मक गोष्टींचा संचय करा. 'तुमच्या मनाची मशागत करा' या प्रकरण ३मध्ये दिलेल्या माहितीचा तुम्हाला यासाठी उपयोग होईल.

तुमच्या परिसरात पाच सकारात्मक बदल करा. ते कुठेही असू शकतील तुमचं ऑफिस, घर, गाडी, तुमच्या वापरातल्या वस्तू. समजा युनिकॉर्न हा तुमच्या सकारात्मकतेचा प्रतीक आहे! तुम्ही जे बदल करू शकाल त्याबद्दल मला विशेष कुतूहल वाटत आहे. त्याचा फोटो काढा

आणि माझ्या इंस्टाग्राम अकाउंट वर पोस्ट करा. (@Ashdindoc) त्यासोबत हा हॅशटॅग जोडा.

तुम्ही केलेले हे छोटे छोटे बदल तुमच्या मेंदूला सकारात्मकता शोधण्याची सवय लावतात. हेच आपल्याला करायचे आहे. हे आपले अंतिम ध्येय आहे. मला हे निश्चितपणे ठाऊक आहे की तुम्ही अशी व्यक्ती आहात जिला आपल्या आयुष्यात सकारात्मकता आणायची आहे. म्हणून तर तुम्ही आज, आत्ता, इथं हे शब्द वाचत आहात. चला तर... सकारात्मकतेची सवय लावून घेऊया जी वाढतच जाईल!

सराव

१. आता तुम्ही स्वतःच्या आयुष्यात सकारात्मकतेला जागा निर्माण केली आहे तर असे प्रतीक शोधून काढा जे तुम्हाला सकारात्मकतेची आठवण करून देत राहील. ते शांततेचे प्रतिक असू शकतं. एखादा आवडता प्राणी किंवा हो... अगदी युनिकॉन सुद्धा! तुमच्या अवतीभवती तुम्ही निवडलेल्या या विविध प्रतीकांनी स्वतःला घेरून टाका. जेव्हा जेव्हा तुम्हाला ही प्रतीकं दिसतिल तेव्हा तेव्हा तुमच्यासाठी ते कशाचं प्रतिनिधित्व करत आहे याचा विचार करा आणि त्यातून सकारात्मकता मिळवा.

२. तुमच्या मनात सकारात्मकता भरेल अशी होकारार्थी विधानं आणि म्हणी, वाक्प्रचार यांची फ्लॅश काड्‌र्स बनवा. त्यातली कुठलीही तीन विधानं, वाक्प्रचार इथं लिहा.

....

....

....

३. तुमचा शब्दकोश नव्याने लिहा. तुम्ही नेहमी वापरत असलेले पाच नकारार्थी शब्द लिहा. आता या शब्दांच्या ऐवजी तुम्ही कुठले पाच सकारात्मक शब्द वापरणार आहात त्यांची यादी करा आणि त्यांचा वापर करायला सुरुवात करा.

....

....

....

कृतज्ञ असणे तुमच्या भल्याचे आहे

कृतज्ञतेचा सराव करणे, ही माझ्या आयुष्यातील बदल घडवणारी सर्वाधिक चांगली सवय ठरली. तुम्ही जर या संपूर्ण पुस्तकातून फक्त एक सवय निवडायचे ठरवले, तर कृपा करून कृतज्ञतेला प्राधान्य द्या. मला हे नक्की ठाऊक आहे की, तुमच्यासाठी हे सर्वाधिक शक्तिशाली साधन बनणार आहे.

तुम्हाला हे ठाऊक आहे का की, कृतज्ञता अंगी आल्यावर तुम्ही निरोगी बनणार आहात? या विषयाचा अभ्यास असे दाखवतो की, जी माणसे आपले आयुष्य कृतज्ञतापूर्वक जगतात त्यांचे आरोग्य आणि जीवनमान अधिक चांगले असते.

कृतज्ञता भाव आपल्याला किती प्रकाराने मदत करू शकतो, हे पाहिले तर तुम्ही कदाचित त्यावर विश्वास ठेवणार नाही. तुम्ही आंतरजालावरती थोडासा जरी शोध घेतला तरी तुमच्यावर या मुद्द्यांचा पाऊस पडेल जसे की, '३१ मार्ग ज्यामुळे कृतज्ञता तुमचे आयुष्य बदलून टाकेल', 'तुमच्या आरोग्यावर चांगला परिणाम करणारे कृतज्ञतेचे सात फायदे', 'कृतज्ञतेचा भाव अंगीकारा आणि तुमचे सामाजिक जीवन सुधारा', 'कृतज्ञतेचा सराव करा आणि चांगली निद्रा मिळवा.'

ही यादी अंतहीन आहे.

माझ्या आयुष्यातल्या अत्यंत वाईट टप्प्यातून मी जेव्हा बाहेर आलो, तेव्हापासून मी कृतज्ञतेचा सराव करायला सुरुवात केली. माझे एक अत्यंत त्रासदायक नाते नुकतेच संपले होते.

मी स्वतःचे घर बदलले होते आणि अक्षरशः शून्यातून माझ्या आयुष्याची

नव्याने सुरुवात केली होती. माझा आत्मविश्वास तळाला गेला होता. माझे भविष्य अंधकारमय होते आणि आजवर जे आयुष्य माझ्या माहितीचे होते त्याचे शतशः तुकडे होऊन माझ्यासमोर विखरून पडले होते. मी प्रचंड घाबरलो होतो. त्या काळच्या माझ्या अस्तित्वाची मूळ भावना 'भय' ही होती.

तुम्ही हे लक्षात घ्या की, जेव्हा तुम्ही भयग्रस्त आयुष्य जगत असता त्या वेळेला कुठल्याही गोष्टीत काहीही सकारात्मक दिसणे अशक्य होऊन बसते. तुम्हाला असे वाटते की, हे संपूर्ण जग तुमच्या विरोधात आहे. तुमच्या सोबतीला फक्त तुमची आत्मदया उरते. मीच का? आयुष्य इतके निष्ठुर कसे काय होऊ शकते, तुमच्या मनात सतत हे प्रश्न रुंजी घालत राहतात.

तुम्ही जीवनातील प्रत्येक गोष्ट गृहीत धरू लागता. प्रत्येक बाबीवर तुमचा हक्क आहे, असे तुम्हाला वाटते. तुम्ही इतके आत्मकेंद्रित झालेले असता की, इतरांमध्ये काही चांगले असेल हे तुम्हाला दिसतच नाही. भूतकाळात तुमच्यावर अन्याय झाला आहे म्हणून इथून पुढे प्रत्येक चांगल्या गोष्टीवर फक्त तुमचा आणि तुमचाच पूर्ण अधिकार आहे, असे तुम्हाला वाटू लागते. स्वामित्व हक्क ही कृतज्ञतेच्या नेमकी उलट भावना आहे.

तुमच्या मनातील त्रासदायक विचार रोखून धरण्यासाठी तुम्ही रात्र-रात्र जागता : तुमचा दुष्ट बॉस आणि त्यामुळे त्रासदायक ठरलेली नोकरी, तुमचा सतत पिच्छा पुरवणारे तुमचे आर्थिक प्रश्न, घर, नोकरी आणि इतर गोष्टी यात तुमच्या आयुष्याचा चाललेला पाठशिवणीचा खेळ. तुम्हाला या सगळ्या त्रासदायक गोष्टीपासून लपायचे असते. म्हणून मग तुम्ही बाहेर जाता, दररोज रात्री. स्वतःचे मन मोकळे करण्यासाठी पहाटेपर्यंत जागून पार्ट्या करता आणि हे सगळे फक्त तुम्ही ज्यापासून पळ काढता आहात तो प्रश्न विसरण्यासाठी करत राहता.

माझे स्वतःचे आयुष्य असेच होते. मी रोज रात्री बाहेर जायचो. रात्रभर पार्ट्या करायचो आणि पहाटे चार किंवा पाच वाजेपर्यंत भटकत राहायचो. या उलट आता मी दररोज पहाटे पाच वाजता उठतो. माझे आताचे आयुष्य आणि पूर्वीचं ते आयुष्य याची जेव्हा मी तुलना करतो त्या वेळेला झालेल्या आश्चर्यकारक बदलाबद्दल मला नवल वाटल्यावाचून राहत नाही.

माझ्या आयुष्यातल्या नीचतम पातळीवर मी कृतज्ञतेचा सराव करायला सुरुवात केली. मी संपूर्ण आशा हरवून बसलो होतो. तरीही मी रोज सकाळी उठायचो

आणि स्वतःला आयुष्यातल्या कुठल्यातरी तीन चांगल्या गोष्टींबद्दल कृतज्ञता व्यक्त करायला भाग पाडायचो. माझ्या आयुष्यातल्या सगळ्या चांगल्या गोष्टी मी एका वहीत लिहून काढायला सुरुवात केली. सुरुवातीचा पहिला आठवडा अतिशय कठीण गेला. पण दुसऱ्या आठवड्यानंतर मी जेव्हा आभार मानण्यासारख्या एखाद्या गोष्टीबद्दल लिहायचो, तेव्हा मी हलके हलके हसू लागलो.

मी कृतज्ञतेचा सराव करायला सुरुवात केल्यापासून एक महिना पूर्ण झाला आणि माझे आयुष्य पूर्ण बदलून गेले. हे घडले कारण की, माझी विचार करण्याची संपूर्ण पद्धतच बदलून गेली होती. मी ओळखू येणार नाही इतका बदललो. माझी भीती पूर्ण नाहीशी झाली होती. माझी चिंता पूर्णपणे अदृश्य झाली होती. मी एक संपूर्ण वेगळीच व्यक्ती बनलो होतो.

कृतज्ञता म्हणजे कुठल्याही गोष्टीबद्दल तुमच्या मनात आभारी असण्याची वृत्ती आहे : घटना, वस्तू, व्यक्ती काहीही. कुठल्याही गोष्टीच्या तुमच्यावर झालेल्या परिणामाचे कौतुक करण्याची ती भावना असते. ती एखादी अगदी छोटीशी गोष्ट असू शकेल – जसे की तुम्ही जात असताना कोणीतरी तुमच्यासाठी दार उघडून धरले, ते खात असलेला खाऊ तुमच्याबरोबर त्यांनी वाटून घेतला. कृतज्ञता भाव तुम्हाला जाणीवपूर्वक अशा गोष्टी ओळखायला मदत करतो, ज्या इतर लोक तुमच्यासाठी निरपेक्षपणे करत असतात. त्या व्यक्तींची तुमच्याकडून त्यांच्या बदल्यात कसलीही अपेक्षा नसते.

कृतज्ञता हा शब्दच तुमच्या मनात काही विवक्षित भावना जागृत करतो. या भावना तुमच्या मेंदूला रसायनांचे एक मिश्रण देऊन ऊर्जा पुरवतात. हे सगळे काही तुमच्या शरीरात उपलब्ध असतेच. माणूस हा सामाजिक प्राणी आहे. आपण एकत्र जगायला हळूहळू शिकत गेलो. इतरांसाठी काही करता करता सहजीवन शिकलो. आपण जर हे करायचे थांबवले, तर आपली संपूर्ण समाजरचना कोसळून पडेल.

आत्ताच्या काळात जगभर हे प्रत्यक्षात घडताना तुम्ही पाहू शकता. आपण जसजसे एक वैश्विक समाजाचा भाग होत चाललो आहोत, जग हाकेच्या अंतरावर येऊन ठेपले आहे, तसतसे आपण अधिक स्वकेंद्रित होत चाललो आहोत. आपली सामाजिक भावना कमी होत चालली आहे. अशा अवघड काळात कृतज्ञता भाव असण्याची अधिक गरज आहे.

तुम्ही पुढील पद्धतीने कृतज्ञतेचा सराव करायला सुरुवात करू शकता.

आयुष्यात तुम्ही ज्या गोष्टींबद्दल कृतज्ञ आहात, अशा तीन गोष्टी लिहून काढा. संपूर्ण वाक्य लिहा : माझी आई आणि तिचे माझ्यावर असलेले निरपेक्ष प्रेम यासाठी मी आभारी आहे. तुम्हाला का आभारी वाटत आहे, याचे कारणही लिहून काढा. म्हणजे तुम्हाला तसे वाटले तरच. त्याची तशी आवश्यकता नाही.

यानंतर खरा महत्त्वाचा टप्पा येतो. यानंतरचे पुढचे तीस दिवस तुमच्या कृतज्ञता यादीतील एकाही गोष्टीची पुनरावृत्ती करू नका. यामुळे तुम्ही जेव्हा एक महिन्यानंतर लिहायचे थांबाल, तोवर तुमच्याकडे आयुष्यात आभार मानण्यासारख्या नव्वद गोष्टी असतील. मी जेव्हा लोकांना हे सांगतो, तेव्हा सुरुवातीला ते माझ्यावर विश्वास ठेवत नाहीत. एका श्वासात नव्वद गोष्टी आठवणे अशक्य असते. पण जेव्हा तुम्ही प्रयत्न करायला सुरुवात करता तेव्हा तुम्हाला आठवत जाते की, तुमच्या शाळेत हिंदी शिकवणारे एक शिक्षक होते, जे तुमच्याशी फार दयाळूपणे वागले, तुमच्यासाठी दिली गेलेली ती खास वाढदिवसाची पार्टी किंवा तुमची अतिशय आवडती क्रिकेटची बॅट जी घेऊन तुम्ही सगळीकडे जात होतात.

हळूहळू तुमच्या हे लक्षात येते की, आयुष्य तुमच्यासाठी खरेतर चांगलेच होते आणि आहे. कधी कधी वाईट वेळा आल्या, पण आनंदी असण्याचेसुद्धा बरेच प्रसंग येऊन गेले. सोप्या शब्दात सांगायचे तर तुम्ही कृतज्ञ असावे अशा असंख्य गोष्टी तुमच्या आयुष्यात आहेत. नेहमीच होत्या.

त्यामुळे तुमचे आयुष्य बदलाची सर्वोत्तम आणि सोपी सवय सुरू करण्यासाठी तुम्हाला हवा आहे एक पेन आणि एक वही. नाही, कृपा करून हे तुम्ही तुमच्या मोबाईल फोनवर किंवा कॉम्प्युटरवर लिहू नका. तुम्ही जेव्हा हाताने हे शब्द लिहून काढता, तेव्हा त्याचा अधिक चांगला परिणाम होतो. माझ्या या शब्दावर विश्वास ठेवा.

रोज सकाळचा चहा किंवा कॉफीबरोबर तुम्ही या सवयीचा सराव करायला सुरुवात करा. तुमच्यासाठी एक खास जागा निवडा, जिथे तुम्हाला कोणीही त्रास देणार नाही. कुठल्याही एका गोष्टीसाठी तुम्ही आभारी असाल तर त्याचे दृश्य तुमच्या मनासमोर किंवा नजरेसमोर किमान पंधरा सेकंद तरी आणा. तो विचार तुमच्या मनामध्ये वावरू दे.

चला तर मग... तुमचे आयुष्य बदलण्यासाठी तयार व्हा!

सराव

तुम्ही ज्याबाबत कृतज्ञ आहात अशा तीन गोष्टी लिहून काढा. ते तुम्हाला मदत केलेल्या व्यक्तीबद्दल असू शकेल, तुम्ही आता नुकत्याच विकत घेतलेल्या वस्तूबद्दल असेल किंवा ज्यामुळे तुम्हाला आनंद मिळाला अशी एखादी घटना असेल. तुमच्या आयुष्यातला छोट्यातला छोटा आनंद असू शकतो.

मी पुढील गोष्टींसाठी कृतज्ञ आहे

....

....

....

....

त्यानंतर या सगळ्या गोष्टींचे दृश्य नजरेसमोर आणण्याचा प्रयत्न करा. ती स्मृती व्यवस्थित आठवण्यासाठी काही क्षणांचा वेळ द्या. त्याच्याबद्दल पुन्हा नव्याने तुमच्या मनात आनंद आणि कृतज्ञता भाव निर्माण होऊ द्या.

पुढच्या तीस दिवसांकरता हाच सराव तुम्ही दररोज न चुकता करा. त्यासाठी पुढील दोन नियमांचे पालन करा.

१) तुमच्या वाक्याची सुरुवात 'मी पुढील गोष्टीसाठी कृतज्ञ आहे', अशी असायला हवी.

२) तीस दिवसांत कुठल्याही गोष्टीचा पुनरुच्चार होता कामा नये. कृतज्ञता व्यक्त करण्यासाठी दररोज नव्या नव्या गोष्टींचा शोध घ्या.

तुम्ही जसजसे हे लिहायला आणि त्याची कल्पना करायला सुरुवात करू लागाल, तसतसे तुमच्या नजरेदेखत तुमचे आयुष्य बदलायला सुरुवात झालेले तुम्हाला दिसून येईल. कृतज्ञतेची ही जादू तुमच्यासमोर उलगडताना तुम्ही स्वतः पाहाल!

'ओढा' असे लिहिलेले दार 'ढकला'

तुम्हाला हे माहीत आहे का की, जानेवारी महिन्याचे नाव दरवाजांच्या देवावरून ठेवले गेले आहे? दरवाजांसाठी एक वेगळा देव आहे हे तरी तुम्हाला माहीत आहे का? यासाठी मला वेगवेगळ्या गोष्टींचा शोध घेण्यातली गंमत खूप आवडते. रोमन देव जानस, जो दरवाजा आणि कमानींची देवता आहे, यावरून जानेवारी हे नाव ठेवले गेले आहे. प्राचीन रोममध्ये दरवाजा ही एक फक्त उपयोगाची वस्तू नव्हती, तर ते सत्तेचे प्रतीक होते. प्रचंड मोठ्या कमानी त्यासाठी बांधल्या जात. या प्रशस्त कमानींच्या खालून रोमन सैन्य युद्धासाठी जायला नगराच्या बाहेर पडत असे. तुम्ही जर पाहिलेत तर आजही तुम्हाला अशा बऱ्याच वेशी किंवा कमानी भारतातही बांधलेल्या दिसून येतील. मुंबईतील गेट वे ऑफ इंडिया, दिल्लीतील इंडिया गेट, पॅरिसचे आर्क डी ट्रीम्फ्स हे सगळे दरवाजे किंवा कमानी फक्त येण्या-जाण्याचे मार्ग नव्हते. ही दारे त्या व्यतिरिक्त इतरही काही भव्य भावनांची प्रतीके आहेत.

आपल्या हे लक्षात येत नाही. पण आपण विचार न करता अशा अनेक कृती आजही करत असतो, ज्यांचा आपल्या भूतकालातील कुठल्यातरी गोष्टीशी घनिष्ट संबंध आणि अर्थ असतो.

उदाहरणार्थ, प्राचीन रोममध्ये एखादी व्यक्ती दरवाजा कुठल्या पद्धतीने उघडते यावरून त्याने रोमची कशी सेवा केली आहे हे दिसून येत असे. ज्यांनी आपल्या साम्राज्याच्या वृद्धीसाठी जाणीवपूर्वक प्रयत्न केले आहेत, अशीच व्यक्ती दरवाजा बाहेरच्या दिशेने उघडेल.

आजकाल आपण स्वतःच्या सोयीसाठी दरवाजावरती 'ओढा' किंवा 'ढकला' अशा पाट्या चिकटवून देतो. त्यातली सगळी प्रतीकात्मता हरवून

गेली आहे. आता फक्त सूचना शिल्लक उरल्या आहेत. पण तुम्ही हे पाहिलेत का? कधी कधी एखाद्या दरवाजावर 'ओढा' अशी सूचना असते. पण तरीही जर तुम्ही ते दार ढकललेत तरीही ते हलत असते, उघडते किंवा अगदी या उलटही. मी जेव्हा लहान होतो, तेव्हा दरवाज्यावरच्या या 'ओढा आणि ढकला' नावाच्या सूचना खूप लोकप्रिय होत्या. आम्हा मुलांसाठी तो एक मजेचा खेळ होता. खासकरून जेव्हा हे करताना लोक गोंधळून जात आणि मग त्याची खूप गंमत वाटत असे.

आमचे एक फिरोज इंजिनिअर नावाचे कौटुंबिक स्नेही होते. त्यांनी माझ्या आयुष्यात अत्यंत महत्त्वपूर्ण भूमिका पार पाडली. ती खूप प्रेमळ व्यक्ती होती, स्वतंत्र विचारांची आणि उद्योगी, धडपडी. त्यांच्यासोबतचा एक प्रसंग मला अगदी स्पष्ट आठवतोय. ते माझ्या पालकांना सांगत होते, 'मी नेहमीच ओढा लिहिलेला दरवाजा ढकलतो आणि ढकला लिहिलेला दरवाजा ओढतो.' छोटे मूल म्हणून मला ते खूप विनोदी वाटले होते. पण तरीही त्यात काहीतरी सखोल अर्थ आहे असेही वाटलेले. आज अनेक वर्षांनंतर हा विचार माझ्यासोबत कायम राहिला आहे की, फिरोजच्या त्या वाक्यात काहीतरी खास अर्थ भरलेला होता. त्याच्या त्या एका वाक्याला अर्थांचे अनेक पदर होते. या विधानातून त्यांनी स्वतःची स्वतंत्र विचारसरणी दर्शवली होती.

तुम्ही जेव्हा एखाद्याचा आंधळेपणाने पाठपुरावा करता, त्यांच्या बोलण्यावर संपूर्ण विश्वास ठेवता त्या वेळेला तुम्ही स्वतःसाठी विचार करणे पूर्णपणे थांबवलेले असते. तुम्ही स्वतःच्या मेंदूचा वापर करतच नाही. एखाद्या कळपात असल्याप्रमाणे तुम्ही त्यांच्या मागे मागे जाता. कळप सुरक्षित असतो. पण तरीही त्यात स्वतंत्र वाढीसाठी, वेगळेपणासाठी जागा असत नाही. त्याचमुळे वेळोवेळी या कळपापासून स्वतःला लांब नेणे हे अतिशय महत्त्वाचे आहे.

फिरोजच्या या वाक्यातून मी अजून एक महत्त्वाची गोष्ट शिकलो की, माणसाने प्रत्येक गोष्टीला प्रश्न विचारायला शिकले पाहिजे. का तुम्ही कुणाच्याही बोलण्यावर संपूर्ण विश्वास ठेवायचा? प्रश्न विचारा. ते जे काही म्हणतायेत त्यावर आंधळेपणाने विश्वास का ठेवायचा? पुन्हा एकदा प्रश्न विचारा. स्वतःच्या बाजूने किंवा विचाराने तुम्ही त्या गोष्टी पडताळून पाहा आणि मग काय फरक पडतो ते बघा.

तुमच्या स्वतःच्या श्रद्धांना पुन्हा पुन्हा प्रश्न करा. ते फार महत्त्वाचे असते, हे मी वारंवार सांगतो. आपल्या श्रद्धा किंवा विचारसरणीची चौकट ही

आपल्यासाठी दुसऱ्या कुणीतरी तयार केलेली असते. काही गोष्टी खऱ्या किंवा चांगल्या असतात, तर काही बाबी संपूर्णपणे बाष्कळ असू शकतात. म्हणूनच प्रत्येकाने प्रत्येक गोष्टीला प्रश्न विचारले पाहिजेत आणि जी विचारांची चौकट तुमच्या उपयोगाची नाही तिला मोडून टाकायला शिकले पाहिजे.

शेवटी, फिरोजची 'ढकला लिहिले असेल तिथे ओढा' ही कल्पना तुम्हाला प्रयोगशील असायला उद्युक्त करते, प्रोत्साहन देते. दरवाजा तुम्हाला जे करायला सांगतो आहे, त्याच्या नेमकं विरुद्ध करा. परंतु ते हळुवारपणे करा. हे करताना दरवाजा किंवा जमीन यांचे नुकसान होता कामा नये किंवा दुसऱ्या बाजूने येणाऱ्या एखाद्याच्या नाकावर दरवाजा आपटून त्यांना दुखापत होता कामा नये. कुठलीही गोष्ट करण्याआधी हळुवारपणे परीक्षण करा. लक्षात घ्या की, हा निरर्थकपणे केलेला विद्रोह नसून फक्त प्रयोग करून पाहणे आहे.

एका साध्याशा दारामुळे तुम्ही किती काय काय शिकू शकला आहात.

म्हणूनच मला नेहमीच असा एक दरवाजा बनवण्याची इच्छा आहे जो एका दिशेने उघडणार आहे, परंतु त्यावर नेमकी विरुद्ध सूचना छापलेली आहे. एखादी व्यक्ती तिथे किती काळ अडकून पडू शकते हे पाहण्यासाठीच फक्त हा खेळ करावा, असे माझ्या मनात येते. तुम्ही नोकरीसाठी जेव्हा मुलाखत घेता त्या वेळेला हा प्रयोग खूप उपयुक्त ठरू शकतो. मानव संसाधन विभागातील कर्मचाऱ्यांनो, ऐकता आहात ना?

तुमचा सवयींचा प्रशिक्षक म्हणून माझी अशी इच्छा आहे की, तुमचे मन स्वतंत्र विचार करणारे, कुतूहलपूर्ण आणि प्रश्न विचारणारे असावे. तुमच्या मनात सतत काहीतरी नव्याचा शोध किंवा सुधार करण्याची इच्छा असली पाहिजे. हा बदल घडवून आणण्यासाठी सगळ्यात सोपी युक्ती म्हणजे 'ओढा' लिहिलेला दरवाजा 'ढकला' आणि 'ढकला' असे लिहिलेला दरवाजा 'ओढा'. जेव्हा तुम्हाला एखाद्या दरवाजावर 'ढकला' अशी सूचना लिहिलेली दिसते त्या वेळेस थांबा आणि अगदी हळुवारपणे त्या दरवाजाला ओढून पाहा. बघा की ते दार याही दिशेने उघडते का? आणि समजा, जर नसेल तर खुशाल त्याला ढकला आणि आत जा.

दरवाजांच्या ह्या प्रतीकात्मतेचा पुन्हा एकदा विचार करू या. आपल्या जगण्यात त्याना पुन्हा परत आणूया. हे दरवाजे आपले कुतूहल आणि प्रयोगशील असण्याचे प्रतीक ठरू द्यात आणि अर्थातच त्यातून नवी सुरुवात घडू द्या.

सराव

चला एक खेळ खेळू या. तुम्हाला यासाठी हवी आहे थोडीशी उत्स्फूर्तता आणि दोन कुतूहल असणारे मित्र/मैत्रिणी/व्यक्ती. पुढच्या तीन दिवसांकरता तुम्ही प्रत्येकाने पुढे दिलेल्या सूचनेचे पालन करायचे आहे आणि त्यानंतर आपले अनुभव एकमेकांना सांगायचे आहेत.

दिवस पहिला : गोष्टी वेगवेगळ्या पद्धतीने करा. तुम्ही दररोज करत असलेले एखादे कंटाळवाणे काम घ्या आणि तेच जरा वेगळ्या पद्धतीने करा. म्हणजे अगदी ऑफिसला जाण्याचा मार्ग किंवा सकाळचा चहा किंवा कॉफी करण्याची पद्धत. जाण्यासाठी वेगळा मार्ग निवडा. चहा, कॉफी वेगळ्या रीतीने तयार करा आणि मग, हे वरवर पाहता कंटाळवाणे वाटणारे काम अचानक तुम्हाला किती मजेचे वाटू शकते. कारण त्यात तुम्ही एक चिमूटभर नावीन्य मिसळले आहे.

दिवस दुसरा : स्वतःच्या मनातल्या कळपवृत्तीला आव्हान द्या. घरी, कामावर सातत्याने अशा संधी शोधा जिथे तुम्ही 'ढकला' असं लिहिलेला दरवाजा ओढून पाहणार आहात किंवा त्या उलट. कुठल्याही गोष्टी एका ठरावीक पद्धतीनेच का केल्या जात आहेत? असा स्वतःला एक सौम्य प्रश्न विचारून पाहा. या कळपाच्या मनोवृत्तीला आव्हान देण्याच्या विविध शक्यता मनाशी तपासून पाहा. उदाहरणार्थ, तुमच्या घरात एखादे ठरावीक काम एकच कुणीतरी व्यक्ती करते आहे किंवा ऑफिसमध्येसुद्धा असेच घडते आहे, तर त्यांच्याबरोबर थोडेसे बोलून पाहा आणि त्यात काही बदल घडवून आणता येतोय का असे बघा.

दिवस तिसरा : तुमच्या स्वतःच्या श्रद्धांना किंवा विचारांना आव्हान द्या. ज्या एका तात्त्विक चौकटीत बद्ध होऊन तुम्ही आत्तापर्यंतचे आयुष्य जगत आला आहात ती पुन्हा तपासून पाहा. तुम्ही ज्यावर विश्वास ठेवता त्या गोष्टी कितपत खऱ्या आहेत याचे सूक्ष्म निरीक्षण करा, त्यांना प्रश्न विचारा. तुम्ही गृहीत धरलेल्या एखाद्या गोष्टीबद्दल वेगळा विचार करा किंवा नेमकी विरुद्ध

कृती करून पाहा आणि त्याचे परिणाम काय होतात हे बघा. तुम्ही जेव्हा स्वतःच्या श्रद्धांना धक्का देता, तेव्हा त्या बदलतात की पुन्हा एकदा सतावून त्याच चौकटीत परत जातात, हे तपासून बघा.

संपूर्ण तीन दिवसांनंतर आपापसांत तुम्ही केलेल्या प्रयोगांबद्दल चर्चा करा. त्यातून निर्माण होणारे अपेक्षित आणि अनपेक्षित परिणाम अनुभवा. यातून तुम्ही काय शिकलात तेही पाहा. या संपूर्ण प्रक्रियेचा आनंद घ्या. हळूहळू दररोजच्या जगण्यामध्ये प्रश्न विचारण्याची स्वतःला सवय लावून घ्या. आजूबाजूच्या जगात घडणाऱ्या कुठल्याही गोष्टीला आंधळेपणाने स्वीकारणे थांबवा. ही सवय तुम्हाला वेगवेगळ्या प्रकारांनी विचार करायला प्रवृत्त करेल.

श्रीमंत मनोवृत्ती

धनाची देवता लक्ष्मी, जी संपत्ती आणि समृद्धीची देवी आहे, तिच्या नावातच श्रीमंत होण्याचे गुपित दडलेले आहे. तिचे नाव संस्कृत शब्द 'लक' यावरून आले आहे. याचा अर्थ आहे एखाद्या गोष्टीचे निरीक्षण करून त्यातून काही मिळवणे. 'लक्ष' या शब्दाचा अर्थ ध्येय किंवा साध्य असा आहे.

धनत्रयोदशीच्या दिवशी मी हे प्रकरण लिहिले. या दिवशी लक्ष्मी मातेची पूजा करून आपण तिचे आपल्या घरात स्वागत करत असतो. तिचे आपल्या घरात येणे आपल्याला समृद्धी देईल आणि समृद्धी म्हणजे बहुतेक वेळेला आपल्याला धन किंवा पैसा देईल असाच अर्थ अभिप्रेत असतो.

आपले पैशांबरोबरचे नाते काहीसे विनोदी आहे. एकीकडे, आपल्याला तो अधिकाधिक हवा असतो, तर दुसरीकडे, तो आपल्याकडे नाही असेच आपण वागत असतो. आपण कदाचित असे म्हणू की, पैसा म्हणजे काही सर्वस्व नाही किंवा मी हे काही पैशांसाठी करत नाही. आपण ऐहिकवादी आहोत असे दुसऱ्यांना दिसू न देण्यासाठी आपण धडपड करतो आणि त्यासाठी ही सगळ्या प्रकारची खोटी कारणे शोधून काढतो. समाजाला गोंधळात पडतील असे मिश्र संकेत पाठवतो.

यानंतर येतो तो आपण ज्यांच्याकडे पैसा आहे त्या व्यक्तींबद्दल कसे बोलतो, हा मुद्दा. 'हा, तिच्याकडे तर प्रचंड पैसा आहे. तिला काय सगळेच सोपे!' 'माझ्याकडे इतका पैसा असता तर माझे आयुष्य कितीतरी पटीने चांगले झाले असते.' 'त्याच्याकडे ढिगभर पैसा आहे. त्याला ते करायला

सहज परवडणार आहे.' या सगळ्या वाक्यांतून आपली द्वेष वृत्ती आणि लोभीपणा दिसून येतो.

आपले पैशांसोबतचे नाते गुंतागुंतीचे आहे असे दिसते. म्हणजे आपल्याला भरपूर पैसा हवा तर असतो; पण आपण त्याच्यामागे धावतो आहोत असे मात्र लोकांना दिसू नये, असे आपल्याला वाटते आणि तरीही पैसा जगणे सोपे करतो हे आपल्याला दुसरीकडे मान्यच असते.

एका पौराणिक कथेमध्ये देवी लक्ष्मी इतर देवांना सोडून जाते, कारण की तिला असे वाटते की, यांनी लोभीपणाने आणि अहंकाराने सगळी संपत्ती स्वतःकडे घेतली आहे. यातून एक संदेश स्पष्ट आहे : कुठल्याही गोष्टीकडे हावरेपणाने किंवा मत्सरी वृत्तीने बघू नये. हा श्रीमंत होण्याचा मार्ग नाही.

आपण अशा जगात राहतो जिथे कधीच कोणाला असे वाटत नसते की, त्याच्याकडे पुरेसा पैसा आहे. माझ्या ओळखीचे असे अनेक लक्षाधीश आहेत ज्यांना असे वाटते की, ते दिवाळखोर झाले आहेत, त्यांच्याकडे काहीच नाहीये. याचे कारण असे की, ते सतत स्वतःची इतरांबरोबर तुलना करून बघत असतात. ज्यांच्याकडे त्यांच्यापेक्षा अधिक पैसा आहे त्याच्याशी तोलून स्वतःला गरीब समजतात.

तुमच्या आजूबाजूला पाहा. समाजमाध्यमे आणि समाज आजकाल आपल्याला सतत श्रीमंत होण्यासाठी सांगत असतो. 'एका वर्षात तुमचे पैसे वीस पटीने वाढवा' 'तिशीपर्यंत लक्षाधीश बना'... वगैरे. आपल्याला दिमाखदार गाड्या, प्रचंड मोठी घरे दिसतात आणि आपण मनातल्या मनात ताबडतोब त्यांची इच्छा करायला सुरुवात करतो. आपल्याला यशाचे एक चकचकीत चित्र दाखवले जाते आणि आपण त्याच्यावर लगेच विश्वास ठेवतो की, हो यशस्वी आयुष्य हे असेच दिसायला हवे. पण, ते खरेच तसे असते का?

यातला कळीचा मुद्दा तुम्ही लक्षात घ्या : श्रीमंत असणे आणि स्वतःला श्रीमंत मानणे यात फरक आहे. करोडपती मनुष्यसुद्धा स्वतःला गरीब समजू शकतो किंवा एखादी सामान्य व्यक्तीसुद्धा त्याच्या श्रीमंत मनोवृत्तीमुळे शांत आणि समाधानी आयुष्य जगू शकते. तुम्ही पैसे मिळवण्याचा प्रयत्न करूच नका, असे मी तुम्हाला सांगतो आहे का? नाही, तसे अजिबातच नाही. मुद्दा असा आहे की, पैशामुळे तुम्हाला जे मिळू शकणार आहे, तुमच्यासाठी पैसा जे आहे, त्या कल्पनेच्या प्रेमात पडा प्रत्यक्ष पैशाच्या नाही.

आता मला हे पुन्हा एकदा तुम्हाला सांगू द्या. अतिशय सावकाशपणे. कारण मी जे तुम्हाला सांगणार आहे तो मुद्दा मला तुमच्या मनावर ठसवायचा आहे. पैसा ज्या गोष्टींचा प्रतीक आहे, त्या प्रतिमांच्या प्रेमात पडा प्रत्यक्ष पैशाच्या नाही.

तुम्हाला अधिक पैसा सहलीला जाण्यासाठी हवा आहे का? आत्ता तुम्हाला जाण्यापासून कोण थांबवतेय? तुम्हाला एक मोठी चकाकती गाडी घेण्यासाठी पैसा हवा आहे का? का? तुमच्यासाठी गाडी हे कशाचे प्रतीक आहे? तुम्हाला स्वातंत्र्य आणि सुटका हवी आहे का? का तुमच्या सामाजिक स्थानामध्ये त्यामुळे वाढ होणार आहे?

मला अधिक पैसा हवा आहे, कारण मला अधिकाधिक पॉडकास्ट बनवायचे आहेत, यूट्यूब व्हिडिओज बनवायचे आहेत, हॅबिट कोचिंगसाठी नवीन ॲप तयार करायचे आहे आणि हे सगळे मला तुम्हाला बक्षीस म्हणून फुकट द्यायचे आहे. माझ्यासाठी पैसा हे साध्य नसून समाजाला परतफेड करण्याचे साधन आहे. हा समाज बदलण्यासाठी, सुधारण्यासाठीची क्षमता मिळवण्याचा एक मार्ग आहे.

इथे लक्ष्मी या नावातील लक किंवा दृष्टिकोन या शब्दाचा प्रथम अर्थ ध्यानी घ्यायला हवा. निरीक्षण करून तुमच्या आयुष्यातील पैशाचे नेमके स्थान पक्के करा. तुम्हाला तो कशासाठी हवा आहे? प्रदर्शन करण्यासाठी का? मुलांना उत्तम शिक्षण द्यावयासाठी का? तुमच्या आयुष्यात पैशाची नेमकी भूमिका काय आहे?

ज्या माणसांची मनोवृत्ती श्रीमंतीची आहे ते स्वतःला जे प्रश्न विचारतात त्यातला हा सगळ्यात मोठा प्रश्न आहे. हे प्रश्न विचारून तुम्हाला स्वतःचे उद्दिष्ट अधिक स्पष्ट होत जाते. जसे जसे तुम्ही स्वतःच्या मूळ हेतूवर स्वतःचे लक्ष केंद्रित करता तसा तुमच्या मनातील लोभ नाहीसा होतो, दुसऱ्याबद्दल वाटणारी ईर्ष्या गळून पडते.

लक्ष्मी देवीच्या नावात लपलेला दुसरा अर्थ आहे लक्ष्य किंवा ध्येय.

श्रीमंत मनोवृत्ती म्हणजे तुमच्या कल्पनेतील श्रीमंती किंवा समृद्धी मिळवण्याचे ध्येय निश्चित करणे, तुम्ही निरर्थकपणे पैसा गोळा करणे अपेक्षित नाही, तर एक अंतिम साध्य मिळवण्याच्या दृष्टीने त्याच दिशेने ठरवून प्रवास

करत जाणे, काम करत जाणे आणि तिथवर पोहोचल्यावर आपल्याला हवे ते मिळवल्याचे समाधान मिळणे.

सुनिश्चित ध्येय असलेली माणसे यशस्वी होतात, कारण त्यांना आपण काय मिळवण्यासाठी कष्ट करत आहोत हे पक्के ठाऊक असते. इतकेच काय तर ते मिळाल्यानंतर आपली भावना काय असणार आहे याबद्दलही त्यांना खात्री असते.

आजकाल मला इन्स्टाग्रामवर आर्थिक सवयींबाबत अनेक निरोप मिळत आहेत. यातील बहुतेक जण आपण आर्थिकदृष्ट्या अयशस्वी आहोत या शोकात मग्न असतात. पैशाकडे पाहण्याचा त्यांचा दृष्टिकोन गरिबीचा असतो आणि त्यामुळे सतत आपल्याकडे पुरेसा पैसा नाही, या भावनेने ते ग्रस्त असतात. गरिबीचा दृष्टिकोन याचा अर्थ असा आहे की, पैसा चांगला नाही यावर त्यांचा विश्वास असतो आणि तरीही सतत त्याचा अभाव त्यांना खुपत असतो. या उलट, अशी कल्पना करा की, त्यांनी आपला विचार संपूर्णपणे बदलला आहे. ते श्रीमंत मनोवृत्तीने विचार करायला सुरुवात करू शकतात. एक, विविध संधींमार्गे पैशाला आपल्या आयुष्यात आमंत्रित करणे. दोन, पैसा हे साधन असून पैशामुळे मिळणाऱ्या गोष्टींच्या त्यांनी प्रेमात असायला हवे आणि त्यासाठी धडपड करायला हवी. तीन, आपल्या आयुष्यात आपल्याला नक्की काय मिळवायचे आहे, याबद्दल त्यांच्या मनात सुस्पष्ट कल्पना असायला हवी. मग हे ध्येय आर्थिक असेल किंवा अगदी एखादी खासगी गोष्ट मिळवणे असू शकेल. स्पष्टपणा महत्त्वाचा आहे.

तर, तुमची परिस्थिती बदलण्याची सोपी सवय आहे तुमचा आर्थिक दृष्टिकोन बदलणे. तुमच्या बँक अकाउंटमध्ये किती पैसे आहेत याचा श्रीमंतीशी काहीही संबंध असत नाही. तुमच्याकडे जे काही आहे त्याबद्दल तुम्हाला काय वाटते आणि हे तुमच्या आयुष्यात का आहे हे समजून घ्या. या पैशाचे तुमच्या आयुष्यात काय महत्त्व आहे, काय उद्देश आहे आणि तुमच्यासाठी पैसा काय आहे हे लक्षात घ्या.

तुमच्या सवयींचा प्रशिक्षक म्हणून मला तुम्ही सगळेच्चजण आर्थिकदृष्ट्या स्वतंत्र, श्रीमंत आणि आनंदी व्हावे असे वाटते.

सराव

या सरावात तीन पायऱ्या आहेत.

एक, तुमच्या आयुष्यात पैशांचे स्वागत करा. पैशांचे स्वागत करणारे एक लहानसे पत्र लिहा. तुमच्या दृष्टीने देवी लक्ष्मी जर तुमच्या समृद्धीचे प्रतीक असेल, तर तुम्ही हे पत्र तिला उद्देशून लिहा आणि मी तुझे स्वागत करतो आहे असे तिला सांगा.

....

....

....

....

....

यानंतर तुमच्याकडे अमर्याद संपत्ती आली आहे अशी कल्पना करा. असे घडले तर तुमच्यासाठी त्याचा अर्थ काय असेल हे स्पष्ट करणाऱ्या तीन गोष्टी लिहून काढा. इथे पैसा हे एक साधन आहे असे समजा. अशा कोणत्या तीन गोष्टी आहेत ज्यावर तुमचे प्रेम आहे आणि कुठल्याही परिस्थितीत तुम्हाला त्या हव्याच आहेत? अशा गोष्टी ज्या अधिकाधिक पैसा आल्यामुळे तुमच्या मालकीच्या होणे किंवा त्यांना मिळवणे सोपे होणार आहे?

....

....

....

....

....

शेवटी, दुसऱ्या टप्प्यावर तुम्ही ज्याबद्दल लिहिले आहे ती गोष्ट मिळवण्याच्या दृष्टीने एक मार्ग सुनिश्चित करा. ते आर्थिक ध्येय असेल किंवा इतर काहीही.

तुम्हाला पैसा कशाकरता हवा आहे, याबद्दल तुमच्या मनात कुठलाही संभ्रम नको, स्पष्टपणा हवा. तुम्हाला किती पैसे हवेत आणि ते तुम्ही कसे मिळवणार आहात, हा विचारदेखील स्पष्ट असू दे.

....

....

....

....

....

तुम्ही निश्चित केलेल्या ध्येयाची रोज उजळणी करा. टप्प्याटप्प्याने ते गाठण्याच्या दृष्टीने प्रयत्न करायला सुरुवात करा. संपत्ती मिळवण्यासाठी तुमच्या मनात स्पष्ट संकल्पना असू दे. लोभ किंवा अंदाधुंद संचय नको.

स्वतःसाठी एक शार्क मिळवा

मी नुकतीच एक मनोरंजक कहाणी ऐकली. डॉक्टर विघ्नेश देवराज हे माझ्या पॉडकास्टमध्ये अतिथी म्हणून आले होते. त्यांनी जपानी लोक आणि त्यांची माशांची आवड याबद्दल एक भन्नाट कथा सांगितली. जपानी लोक आपल्या घरातल्या फिश टँकमध्ये एक छोटासा शार्क ठेवतात.

गोंधळलात? थांबा मला स्पष्ट सांगू द्या.

फार पूर्वीच्या काळी जेव्हा जपानी लोकसंख्या कमी होती, तेव्हा ते किनाऱ्याच्या जवळपास मासेमारी करत असत; परंतु जसजशी लोकसंख्या वाढली आणि माशांची मागणी वाढली तसतसे त्यांना किनाऱ्यापासून दूर दूर, आत खोल समुद्रात जाऊन मासेमारी करावी लागली. याचा अर्थ असा झाला की, जागा करावी लागणार होती. परत येताना मिळवलेले मासे बर्फामध्ये ठेवून आणावे लागत होते. आता प्रश्न असा निर्माण झाला की, चोखंदळ जपानी लोकांना यातल्या चवीमध्ये फरक कळू लागला. पकडलेले मासे पुरेसे ताजे राहत नव्हते.

हा प्रश्न सोडवण्यासाठी त्यांनी बोटीवर खाऱ्या पाण्याच्या टाक्या बांधल्या. यामुळे पकडलेले मासे किनाऱ्यावर आणेपर्यंत जिवंत राखता येणे शक्य होते. आता तुम्हाला वाटेल की, प्रश्न सुटला आहे. पण नाही. अजून प्रश्न शिल्लक होता.

पकडलेले मासे इकडे तिकडे गरगर फिरत आणि हळूहळू एकाच ठिकाणी स्थिर राहून पोहण्याचे बंद करत असत. त्यामुळे त्यांच्या मांसाची चव बदलत असे. जपानी लोकांना हा फरकसुद्धा कळू लागला आणि त्यांना तो आवडत नव्हता.

आता अजून काय करायचे? माशांनी त्या टाक्यांमध्ये पोहत राहावे यासाठी काय करता येईल? शेवटी एका बुद्धिमान व्यक्तीने या टाकीमध्ये एक छोटासा शार्क मासा ठेवण्याची कल्पना शोधून काढली. अर्थात्‌च हा शार्क त्यातले काही मासे खाणार होता. पण त्यामुळे उरलेले इतर मासे पोहत राहणार होते. त्यांना स्वतःचा जीव वाचवण्यासाठी सुरक्षा म्हणून इकडे तिकडे पळत राहावेच लागणार होते.

जेव्हा आपण स्वतःच्या आयुष्याचे आणि गुणांचे वर्धन करण्याचा विचार करतो, त्या वेळेला आपण फक्त चांगल्या सकारात्मक बाबींचा विचार करतो आणि दोषांकडे दुर्लक्ष करतो. स्थितप्रज्ञ तत्त्वज्ञ हे नेहमी आपल्यातील गुणांची वाढ कशी करायची आणि त्याच वेळेला आपल्यातील दोष नाहीसे कसे करायचे, अशा दोन्ही बाबींचा जीवन सुधारण्यासाठी विचार करतात.

आपल्यातील नकारात्मक दोषाचे उदाहरण म्हणून आपण आत्मसंतुष्टतेचा विचार करू. आपण आत्तापर्यंत जे काही मिळवले आहे त्याबद्दल अतिशय समाधानी असलो की, आपल्या आजूबाजूला जी काही संकटे आहेत त्याकडे आपले दुर्लक्ष होते. आपण लहान असताना जर आपल्या पालकांनी आपली सर्वतोपरी काळजी घेतली असेल, तर आपण अशा प्रकारे आत्मसंतुष्ट होतो. आपल्याला एक स्थिर नोकरी आहे, चांगल्यापैकी पगार आहे, आवश्यक अशा सगळ्या सोयीसुविधा आहेत. थोडक्यात आपले आयुष्य अतिशय आरामदायी सहजतेने चालत असते, तेव्हादेखील आपण अशी आत्मसंतुष्टता अनुभवतो.

माझ्या वाढत्या वयात मी या आत्मसंतुष्टतेचे एक उत्तम उदाहरण होतो. माझ्यासमोर आमचा कौटुंबिक व्यवसाय होता. मोठा झाल्यानंतर मी यातच काम करायला लागणार होतो. माझ्यासाठी एक मार्ग तयार करून दिलेला होता आणि मला याहून अधिक प्रयत्न करण्याची काहीच आवश्यकता नव्हती.

मी एका भ्रामक समाधानामध्ये माझे दिवस वाया घालवत होतो. साधारणत: व्यक्तींच्या आयुष्यात अचानकच एखादा मोठा बदल झाला की, ते एक धक्का बसून या आत्मसंतुष्टतेच्या भ्रमातून बाहेर पडतात. काहींच्या बाबतीत हे लग्न झाल्यावर होते किंवा पहिले मूल जन्माला

आल्यानंतर होते. अचानकच त्यांना स्वतःच्या जबाबदारीची जाणीव होते. काही जणांना त्यांच्या आयुष्यातील प्रेमाची माणसे गमावल्यानंतर जाग येते. आणि आपल्या जगण्याचा पुनर्विचार करण्याची वेळ त्यांच्यावर येते.

जोवर एखादा जोरदार धक्का बसत नाही, तोवर मनुष्य आयुष्याचा बराच मोठा काळ या आत्मसंतुष्टतेच्या बंदिस्त प्रदेशात सुखेनैव जगत असतो. आजूबाजूला होणाऱ्या बदलांबद्दल त्याला जाणीवच होत नाही. आयुष्य आपल्या बाजूने पुढे पुढे वाहत जाते. कधी कधी तर स्वतःत होणारे बदलसुद्धा आपले आपल्याला जाणवत नसतात. त्या जपानी टाक्यांमधील माशांसारखेच आपणदेखील हळूहळू कमकुवत होऊन झिजत जातो. कारण प्रामाणिकपणे आणि धडाक्याने कार्यरत असण्यासाठी समोर कुठलेही आव्हानच शिल्लक उरलेले नसते.

तुमच्या सवयींचा प्रशिक्षक म्हणून मी तुम्हाला हे दाखवून देऊ इच्छितो की, समाधानी असणे चांगले आहे; पण आत्मसंतुष्ट असणे मात्र निश्चितच चांगले नाही. त्यामुळेच जपानी कोळी आणि त्यांच्या बोटीवरील माशांच्या टाक्यांसारखेच आपणदेखील आपल्या आयुष्यात एक शार्क आणून सोडायला हवा जो आपल्याला सतत कार्यमग्न आणि जागृत ठेवेल.

आत्मसंतुष्टतेच्या या स्थितीमध्ये अनेक प्रकारचे शारीरिक आणि मानसिक आजार उद्‍भवू शकतात. तुम्ही कमी हालचाल करता, सकस अन्न खात नाही, पुरेशी किंवा जरुरीपेक्षा जास्त झोप घेता. ही त्याचीच वेगवेगळी चिन्हे आहेत. याचे कारण आत्मसंतुष्टता आहे. आपल्या जगण्याच्या विविध क्षेत्रांमध्ये आपल्याला एका शार्कची गरज आहे, जो या स्वांतसुखाच्या सुखनिद्रेतून आपल्याला जागे ठेवेल.

माझ्या पॉडकास्टद्वारे हे करताना मी स्वतःला एक बंधन घालून घेतले की, माझा प्रत्येक नवा भाग एका सुनिश्चित वेळेलाच प्रसारित केला जाईल. सुरुवातीला आठवड्यातून तीन भाग हे मला प्रचंड अशक्य काम वाटत होते. परंतु माझ्या टाकीमधला शार्क हा माझा प्रेक्षक होता, माझा निर्माता होता आणि तोच माझा स्टुडिओसुद्धा होता. मला स्वतःत वाढ करून, सतत हालचाल करून दर आठवड्याला तीन भागांची निर्मिती करण्याइतके सक्षम व्हावेच लागले. मला या कामात सातत्य ठेवावे लागले. आता हे पुस्तक लिहित असतानासुद्धा मी दर आठवड्याला पाच भाग प्रसारित करतो आहे.

हेच जर मी आत्मसंतुष्ट झालो असतो, तर पन्नास भागांच्या पुढे गेलोच नसतो, याची मला खात्री आहे.

तुमच्या आत्मसंतुष्ट आयुष्यापासून तुम्हाला बाहेर पडायचे असेल, तर त्यासाठी तुमची सोपी सवय आहे ती म्हणजे तुमच्या टाकीत एक शार्क आणून सोडा, हा शार्क तुम्हाला जाब विचारणारा तुमचा भागीदार असू शकतो. असे कुणीतरी जे सतत तुमच्यावर लक्ष ठेवेल आणि जे करायचे तुम्ही ठरवले आहे ते तुम्ही करता आहात ना याचा पाठपुरावा करेल. तो कार्यपूर्ती किंवा दिलेल्या वेळेत काम पूर्ण न होण्यासाठी द्यावा लागणारा क्षुल्लक दंड असू शकतो. तुम्ही स्वतःला घालून दिलेली आर्थिक तोशीस असू शकते. उदाहरणार्थ, मी ओढलेल्या प्रत्येक सिगारेटसाठी मी एक हजार रुपये दान करीन किंवा ती तुमच्यावर अवलंबून असलेली माणसे असू शकतात. तुमची मुले, तुमच्या हाताखाली काम करणारी माणसे किंवा इतर कोणी.

सराव

तुमच्या जगण्यातील असा काळ किंवा भाग निवडा जिथे तुम्ही अत्यंत आरामदायी जगता आहात. तुमचे दैनंदिन जगणे ठरावीक क्रमातून जात आहे. तो तुमच्या व्यवसायाचा किंवा नोकरीचा भाग असू शकेल. तुमच्या व्यायामाचे वेळापत्रक असू शकेल. तुमच्या कौटुंबिक किंवा आठवडी सुट्टीचा भाग असू शकेल. हे सगळे लिहून काढा.

....

....

....

....

....

आता याबद्दल गांभीर्याने विचार करा. तुमचा आराम हा तुमची आत्मसंतुष्टता दर्शवतो आहे का? तुम्ही स्वतःला अधिक काम करण्यापासून रोखले आहे का? नवनवीन गोष्टी करणे थांबवले आहे का?

जर याचे उत्तर हो असेल, तर पुन्हा विचार करा. मग अशा कोणत्याही दोन कृती लिहून काढा, ज्या तुम्हाला या आरामदायी जगण्यातून ओढून बाहेर काढू शकतील.

....

....

....

....

....

....

या कृती करण्यासाठी एक आराखडा तयार करा.

....

....

....

....

....

....

स्वतःला जाब विचारू शकेल असा भागीदार शोधा. स्वतःकरता दंड निश्चित करा. ही किल्ली आहे ज्याद्वारे तुम्ही स्वतःच्या आराखड्यानुसार किंवा आखणीनुसार काम करत राहाल.

तुमच्या आयुष्यातील इतर भागांमध्येसुद्धा हाच प्रयोग करून पाहा.

भ्रम उलटवणे

तुम्ही कधी पॅरानॉईड पर्सनॅलिटी डीसॉर्डर (PPD) याबद्दल ऐकले आहे का? ती एक मानसिक रोगाची स्थिती आहे, जिथे माणसाला सर्व गोष्टींबद्दल अकारण अविश्वास वाटू लागतो. त्यांना असे वाटते की, संपूर्ण जग आणि प्रत्येक व्यक्ती त्यांच्याविरुद्ध सतत कट करत आहे.

याची सुरुवात अतिशय साध्या गोष्टींनी होत असते. तुम्हाला असे वाटते की, तुम्ही कोणावरही विश्वास ठेवू शकत नाही. मग तुम्ही विश्वास ठेवू शकत नाही, अशा व्यक्तींच्या संख्येत हळूहळू वाढ होत जाते. त्यानंतर तुम्हाला असे वाटू लागते की, ते सगळे जण एक होऊन तुमच्या विरुद्ध काहीतरी कट करत आहेत आणि तुम्ही कारस्थानाच्या जाळ्यात अडकले आहात. आता तुम्हाला कुणाबद्दलही बिलकूल विश्वास वाटेनासा होतो. आपण एकटे पडलो आहोत आणि कुठेतरी अडकलो आहोत, अशी भावना मनात दृढ होत जाते.

प्रत्यक्षात कुणीतरी तुमच्या मागेच लागले आहे, याचा कसलाही पुरावा उपलब्ध नसतो. तरीही हाच प्रसंग तुमच्या डोक्यात सतत पुन्हा पुन्हा फिरत राहतो. ही एक गंभीर मानसिक अवस्था आहे. तुमच्यावर प्रेम करणाऱ्या तुमच्या कुटुंबीयांसाठीसुद्धा हा प्रसंग फार अवघड असतो, कारण ते तुम्हाला कुठलीच मदत करू शकत नाहीत, कारण तुमचा त्यांच्यावरही विश्वास उरलेला नसतो.

पीपीडी ही एक वैद्यकीय अवस्था आहे. इतक्या प्रमाणात नाही तरी आपल्यापैकी बऱ्याच माणसांच्या मनात अशाच प्रकारचे विचार सतत येत

असतात. ते इतके टोकाला गेलेले नसतात; परंतु आपल्या प्रत्येकाच्या मेंदूमध्ये कुठल्या तरी प्रकारचा असा भीतिदायक भ्रम वावरत असतोच. तुम्ही लोकांना कुजबूजताना बघता आणि तुम्हाला लगेच असे वाटते की, ते तुमच्याबद्दल बोलत आहेत. तुम्हाला असेही वाटते की, तुमचा मित्र परिवार तुम्हाला जाणीवपूर्वक सगळ्यातून वगळत आहे. लोक तुम्हाला त्रास देत आहेत, तुम्हाला राग आणण्याचा प्रयत्न करीत आहेत किंवा तुमची नोकरी, व्यवसाय, मैत्री या सगळ्यांमध्ये विघ्न आणण्याचा प्रयत्न करत आहेत. जेव्हा मी एखाद्या पार्टीत जायचो किंवा एखाद्या व्यावसायिक चर्चेत भाग घ्यायचो तेव्हा माझ्या बाबतीतही हेच सगळे घडत होते.

आपण जर प्रामाणिकपणे विचार केला, तर मनोमन आपल्याला हे ठाऊक असते की, ह्या विचारांना प्रत्यक्षात काहीही अर्थ नाही. तरीही अकारणच आपण मनातल्या या संशयांना आणि निराधार भीतीला घट्ट चिकटून असतो. अशा प्रकारच्या विचारांसह जगणे यामुळे आपली वैचारिक चौकट नकारात्मक होत जाते. यातून आपले संपूर्ण आयुष्यच नकारार्थी बनते. आपण लोकांपासून अंतर राखून जगायला लागतो आणि स्वतःच एकटे पडत जातो. आपल्या भल्यासाठी होणाऱ्या गोष्टीसुद्धा आपण स्वीकारत नाही. उलट आपण त्यांच्याकडे संशयानेच पाहतो. याचे कारण असे आहे की, मानव म्हणून आपण नुकसान रोधक वृत्तीचे बनलेले असतो. याचा अर्थ असा आहे की, सातत्याने आपण स्वतःला कुठल्या न् कुठल्या नुकसान किंवा त्रासापासून वाचवण्यासाठी मानसिकरीत्या सज्ज असतो. ते प्रत्यक्षात असो वा नसो त्याने फरक पडत नाही.

आपल्या आयुष्यात काही थरारक, अद्भुत गोष्टी घडण्यासाठी काही जागा राखून ठेवली पाहिजे. ही जागा जर आपण संशय आणि नकारात्मकतेने भरून टाकली, तर आपल्याला आनंदी करू शकतील अशा कुठल्याही गोष्टींना आत येण्यासाठी आपण जागाच शिल्लक ठेवणार नाही. मग आपण स्वतःला या सगळ्यातून बाहेर काढून वर कसे जाणार? आपण स्वतः स्वतःची मदत तरी कशी करू शकणार?

आज मी तुम्हाला अशी एक मूलगामी सवय सांगणार आहे, जी अकारण आनंदी आहे. मी नुकत्याच शिकलेल्या एका गोष्टीबद्दल तुम्हाला सांगणार आहे, जिचे नाव आहे 'तुमच्या भ्रमाला परतवून टाकणे'. यामुळे माझे संपूर्ण आयुष्य बदलून गेले आहे.

जे. डी. सॅलिंजर असे म्हणतात, 'मी एक उलटवून टाकलेला भ्रम आहे. मला आजकाल असा संशय येतो की, ही सगळी माणसे मला खूश करण्यासाठी काहीतरी योजना आखत आहेत.'

तुमच्या मूलभूत दृष्टिकोनातला हा एक विलक्षण बदल आहे. कल्पना करून पाहा ना की, तुमच्या सभोवतीची सगळी माणसे सतत तुम्हाला मदत करण्यासाठी आणि आनंदी करण्यासाठी झटत आहेत. या नवीन दृष्टिकोनाची विशेष बाब अशी आहे की, तुम्हाला उपलब्ध असलेल्या संधी आता लवकर दिसतात. कारण मुळात तुमचा हा विश्वास आहे की, त्या अस्तित्वात आहेत. तुम्ही अजूनही मनाशी कल्पनाच करता आहात, पण सकारात्मक कल्पना करण्याची निवड तुम्ही जाणीवपूर्वक केलेली असते.

नुकसान टाळण्याने संधींचे चुंबकत्व येते. असे नाही की तुम्ही अचानकच खूप साऱ्या संधी स्वतःकडे आकर्षित करत आहात. उलट, तुम्ही त्या संधींची आता निवड करता, ज्या याआधी तुम्ही निव्वळ संशयापोटी नाकारलेल्या असतात, कारण या संधी जिथून येतात त्यावर तुमचा विश्वास नव्हता. हे खरोखरच आयुष्य बदलून टाकण्याएवढे महत्त्वाचे आहे. तुमच्या सवयींचा प्रशिक्षक म्हणून तुम्ही याचा अनुभव घ्यावा असे मला वाटते.

आता ह्या तुमच्या अतिशय सोप्या सवयीची सुरुवात करण्यासाठी तुम्ही मनातले संवाद बदला. सुरुवातीला तुम्हाला हे जबरदस्तीने करावे लागेल; पण काही दिवसांत हाच तुमचा मूळ स्वभाव होऊन जाईल. तुमच्या समोर येणाऱ्या प्रत्येक व्यक्तीकडे तुम्ही आपल्या प्रवासातील तत्पर मदतनीस म्हणून बघा. समोर दिसणारी प्रत्येक व्यक्ती तुमच्यासाठी काहीतरी करण्यासाठीच आली आहे, याच नजरेने त्यांच्याकडे पाहा.

सुरुवातीला हे सगळे विचित्र वाटेल. परंतु मनातील भ्रमाला अशा प्रकारांनी उलटे वळण दिल्यानंतर तुम्ही तुमच्या जगाशी पुन्हा एकदा जोडले गेले आहात हे जाणवेल. तुम्हाला कधीही एकटे वाटणार नाही. माणसांमधल्या सर्वोत्तम गुणांशी आपले सूर जुळत आहेत, हे तुमच्या लक्षात येईल. यातही काही वाईट वेळा आणि चुका घडतील का? अर्थात्‌च. हे आयुष्य आहे! परंतु जगाकडे बघण्याचा तुमचा दृष्टिकोन मुळातूनच बदलेल. ज्या प्रकारचे अद्भुत, थरारक आयुष्य तुम्हाला हवेसे होते, ते आता तुम्ही प्रत्यक्षात जगत आहात असे तुम्हाला दिसून येईल.

सराव

येणाऱ्या दोन दिवसांत तुम्ही जेव्हा वेगवेगळ्या माणसांना भेटाल - मित्र, अनोळखी, सहकारी, कुटुंबीय - त्या त्या वेळी तुमच्या मनात येणाऱ्या विचारांचे निरीक्षण करा.

या लोकांना जेव्हा तुम्ही भेटता तेव्हा सर्वसाधारणपणे तुमच्या मनात पटकन कुठली भावना निर्माण होते? हे सगळे लिहून काढा.

....

....

....

....

....

....

त्यानंतर जाणीवपूर्वक तुम्ही प्रत्येक वेळेला हाच विचार करायचा की, समोर आलेली ही व्यक्ती मला कुठल्या ना कुठल्या प्रकारे मदत करण्यासाठीच आली आहे. तुमच्या मेंदूला याच विचाराचे वळण लावा की, ही व्यक्ती एक तर मला मदत करण्यासाठी आली आहे किंवा ती माझ्यासाठी काहीतरी संधी घेऊन आली आहे.

दर दिवसाच्या शेवटी कोण कोण भेटले आणि त्यांच्या संदर्भात तुमच्या मनात आलेले नवीन प्रकारचे विचार कोणते होते हे लिहून काढा.

....

....

....

....

....

....

....

याच गोष्टीचा दर दिवशी सराव करा. लवकरच तुम्हाला नवनवीन संधी तुमच्याकडे येत आहेत असे दिसून येईल. तुमच्या मनातल्या उलटवून लावलेल्या या भ्रमामुळे तुम्ही सगळ्यांशी नव्याने जोडले जात आहात असे दिसून येईल आणि एकूणच जगाकडे पाहण्याचा तुमचा दृष्टिकोन सकारात्मक होईल.

भ्रामक आपत्ती निर्माण करणे थांबवा

'कॅटास्ट्रॉफी' (Catastrophe) हा इंग्रजी शब्द मूळ ग्रीक शब्द कॅटस्ट्रेफिन या शब्दावरून आलेला आहे. कॅटचा अर्थ आहे खाली, स्ट्रेफिनचा अर्थ आहे वळण. त्यामुळे याचा शब्दशः अर्थ खालचे वळण किंवा वळून जाणे असा आहे. कॅटास्ट्रॉफी या शब्दाचा मूळ अर्थ 'संकट' नाही हे जरा मजेशीर नाही का? त्याचा अर्थ फक्त अचानक झालेला बदल इतकाच आहे.

आता ग्रीक नाटकांचेच उदाहरण घ्या. ती नेहमीच शोकांतिका असत आणि यामध्ये येणारे अचानक बदल हे नेहमीच नाट्यपूर्ण आणि दुःखकारक असत. जसे की अचानक आलेल्या दुर्दैवामुळे संपूर्ण कुटुंब मरून जाते किंवा एखाद्या हिंसक कृतीमुळे नायक अपंग होऊन जातो.

जेव्हा हा शब्द इंग्रजी भाषेत आला, तेव्हा त्याचा अर्थ गोष्टीच्या शेवटी येणारे अचानक वळण असा आणि इतकाच होता. त्यामुळे हा अचानक बदल किंवा वळण हे होकारार्थीसुद्धा असण्याची शक्यता होतीच. जसे की गोष्टीच्या शेवटी बुटाचा वापर करून राजपुत्राला अचानक सिंड्रेला मिळते. आता हासुद्धा अचानक झालेला बदलच आहे, परतु चांगले वळण आहे.

परंतु हळूहळू कालांतराने कॅटास्ट्रॉफी या शब्दाचा अर्थ कुठल्या ना कुठल्या नकारार्थी घटनांबरोबर आपोआप जोडला जाऊ लागला. प्रेमिकांचे मरण, आईला पुत्रवियोग होणे, एखाद्या साध्वी स्त्रीची फसवणूक होणे, नुकतेच लग्न झालेला तरुण नायक युद्धात मरण पावणे आणि असेच बरेच काही. एखाद्या नाटक किंवा सिनेमामध्येही शुद्ध करमणूक असते.

क्षणभराकरता का होईना आपल्याला असे वाटून जाते की, आपले आयुष्य याच्यापेक्षा नक्कीच चांगले आहे, इतके वाईट तरी नक्कीच नाही. त्याचा कडू-गोड शेवट आपल्याला आवडतो. यामुळे घटना नाट्यमय होतात आणि कथानक उत्कंठावर्धक होते. कधीतरी काही चांगले घडते, तर कधीतरी काही वाईट घडते.

तुमच्या हे कधी लक्षात आले आहे का की कथानायकाचे आयुष्य अगदी आदर्श, चांगले जात असले तर आपण स्वतःच मनोमन कुठल्यातरी संकटाचे भाकीत करतो. 'नक्कीच काहीतरी वाईट होणार आहे' असा विचार आपण आपल्या मनाशी करू लागतो. नायकाने आत्ताच आपल्या प्रेमिकेला लग्नाची मागणी घातली आहे. आता तो गाडीतून घरी चालला आहे. छान संगीत वाजते आहे. त्याच्या चेहऱ्यावर हास्य विलसते आहे. त्याच वेळेला आपल्या मेंदूमध्ये हे चित्र उमटते की, आता कुठून तरी अचानक एखादी गाडी येणार आणि क्षणभरात याला ठोकून अपघात होणार.

आपल्या मेंदूला मुळातच असे घडवले गेले आहे की, प्रत्येक गोष्ट पुढे जाऊन काही ना काही वाईटच वळण घेणार, यावर आपला ठाम विश्वास असतो. खास करून वर्तमानात गोष्टी जर व्यवस्थित, चांगल्या चालल्या असतील तर हा आपत्तीचा विचार प्रबळ होतो. सिनेमा, नाटक, कथा यांतून ज्या गोष्टी आपण अनुभवतो त्या मनावर घेऊन आपल्या खऱ्या आयुष्याशी त्यांना पडताळून पाहण्याची सवय लागते. हे करत असताना आपल्या वैयक्तिक आयुष्यातही काहीतरी वाईट घडेल, असेच आपल्याला वाटू लागते. स्वतःच्याही नकळत आपण समोरच्या प्रत्येक गोष्टीत काय बिघडू शकेल याचा शोध घेऊ लागतो. वर्तमानात सगळे अत्यंत सुखाने चाललेले असले तरी शेवटाला काहीतरी अनपेक्षित, भयंकर घडणार आहेच, असेच आपण गृहीत धरून चालतो. 'हे अविश्वसनीयरीत्या चांगले आहे' असा आपण विचार करतो. घटनांना काहीतरी विचित्र वळण लागून आपल्यावर कधी आपत्ती कोसळणार याची आपण नकळत वाट बघू लागतो.

आपल्याला हे समजून घेणे गरजेचे आहे की, आपण एखाद्या सिनेमात किंवा ग्रीक शोकांतिकेमध्ये राहत नाही आहोत. सिनेमात जे काही घडते ते करमणूक आणि नाट्य निर्माण करण्यासाठी मुद्दाम घडवलेले असते. आपल्या

आयुष्यात अशा प्रकारच्या कुठल्याही नाट्यमय घटनांची गरज नसते. आपले आयुष्य मनोरंजक होण्यासाठी असल्या चमत्कारिक कथेची गरज नसते.

तरीसुद्धा आपले मन वारंवार तिथे जाते आणि काय चूक घडू शकेल हे शोधून पाहू लागते. कार मध्येच बंद पडली तर? मी आजारी पडलो तर? माझ्या आईला माझे लग्न नाही आवडले तर?

एखाद्या बॉलीवूडपटात शोभू शकेल, अशाच कुठल्यातरी भयंकर परिणामांच्या निष्कर्षावर आपण तातडीने पोहोचतो. मग या नकारार्थी परिणामावरचा आपण अतिरेकी विचार करत सुटतो. मग हा विचार आपल्या आयुष्याचा ताबा घेऊ शकतो. प्रत्यक्षात यातली एकही चुकीची घटना किंवा प्रसंग घडण्याची शक्यता नसते. तरीही आपण आपत्ती कोसळण्याची वाट बघत राहतो. कॅटास्ट्रॉफी (पण नकारात्मक अर्थाने) घडेल आणि संकट येईल, या भीतीपोटी चांगल्या चाललेल्या आयुष्याचा आपण स्वत: नाश करतो. या सततच्या वेड्या चिंतेमुळे आपण आपल्या सोबत किंवा आजूबाजूला जगणाऱ्या इतर माणसांची आयुष्येसुद्धा बिघडवून टाकतो. नुसतीच चिंता नाही, तर आता भयंकर संकट कोसळणार आहे या भीतीपोटी आपण तसेच चिंताग्रस्त वागूसुद्धा लागतो.

याला मी कॅटास्ट्रॉफिंग असे म्हणतो. गोष्टी आता आहेत त्यापेक्षा फार वाईट वळण घेणारच आहेत, असा सतत विचार करकरून आपण गोष्टी आता आहेत त्यापेक्षा वाईट वळणावर घेऊन जातो.

या भ्रामक भीतीला सामोरे जाण्यासाठी स्वतःला प्रश्न विचारा : या सगळ्या विचारात काही तथ्य आहे का? या नकारार्थी वळणापेक्षा कुठले सकारात्मक वळण प्रस्तुत घटनेला लागू होऊ शकते? तुम्हाला जर नाट्यमय बदलच घडायला हवा असेल, तर तो चांगला का होऊ नये? अर्थात् अशा प्रकारचा विचार करण्यासाठी सराव होण्याची गरज आहे. तुम्ही प्रयत्नपूर्वक ही सवय स्वीकारली पाहिजे. खास करून अशा व्यक्तीने जी कायम नकारात्मकच विचार करते आणि भविष्यात काही ना काही वाईटच घडणार आहे हे गृहीत धरून चालते.

तुम्ही जर ह्या नकारार्थी घटना घडण्याचा विचार करणे थांबवले आणि त्या ऐवजी कथेला चांगले वळण लागून तुम्हाला आनंदाश्चर्याचा धक्का बसतो आहे, असा विचार जर करू लागलात, तर तुम्ही स्वतःच्या मेंदूत

बदल घडवून आणू शकता. आता समोर येणाऱ्या प्रत्येक माहितीमध्ये काहीतरी चांगले शोधून काढण्याची तुमच्या मेंदूला सवय लागते. यातूनच तुमच्या स्वतःच्या बाबतीत घडणाऱ्या चांगल्या घटना तुम्हाला प्रामुख्याने दिसू लागतात.

ग्रीक शोकांतिका किंवा सिनेमे हे मोजक्या तासांपुरतेच घडवले जातात यालाही एक कारण आहे. याहून अधिक काळ ते रेंगाळले किंवा लांबले, तर आपण ते झेलू शकणार नाहीत. तुमच्या स्वतःच्या आयुष्याला एखाद्या दुःखी सिनेमात किंवा ग्रीक शोकांतिकेमध्ये रूपांतरित करू नका. आपत्तीची कल्पना करण्यापेक्षा सुखांताचे वळण लागण्याची कल्पना करणे अधिक मजेचे असते.

सराव

यानंतर जेव्हा तुम्हाला, आपल्या विचारांना नकारार्थी वळण लागते आहे असे आढळून येईल, तेव्हा या विचारांना ओळखून, लिहून काढा. तुमच्या मनातील वेगवेगळ्या भीती आणि वाईटात वाईट काय घडू शकेल, त्याची कल्पना करा आणि हेसुद्धा लिहून काढा.

....

....

....

....

....

यानंतर स्वतःलाच हा प्रश्न विचारा आणि त्याचे उत्तर लिहा.

तुमच्या मनातल्या या नकारात्मक विचारांना काही आधार आहे का? त्यात काही तथ्य आहे का?

....

....

....

....

....

तुमच्या मनातील भीती तर्कशुद्ध आहे का?

....

....

....

....

....

आता याच प्रसंगाला काहीतरी चांगले वळण मिळाले आहे, अशी कल्पना करा. हा बदल झाल्यामुळे तुमचे आयुष्य अतिशय चांगले होणार आहे का? हा विचारदेखील कागदावर उतरवून काढा.

....

....

....

....

....

मौजमस्ती करण्याचे महत्त्व

कधी कधी आयुष्याच्या कंटाळवाण्या एकसुरी जगण्यात आपण खेळाचे महत्त्व विसरून जातो. एक वेगळ्या प्रकारचा खेळ आहे, ज्याला आपण हिंदीमध्ये 'मस्ती' म्हणतो. याचे नेमके वर्णन करता येईल, असा इंग्रजी शब्द अस्तित्वात नाही. खेळ आणि खोडी या दोन्हींच्या कुठेतरी मध्ये मस्तीचा अर्थ येतो. तेसुद्धा फक्त मजा आणि आनंद मिळवण्यासाठी. हा माझा सगळ्यात आवडत्या प्रकारचा खेळ आहे. मला असे वाटते की, मी कायमस्वरूपी अशा मस्तीच्या वातावरणातच राहावे. पण आपल्या वाढलेल्या वयाच्या दडपणाखाली कधी कधी आपण असे खेळ, मौज, मजा, मस्ती करण्याचे विसरतोच.

या उलट प्राणी मात्र स्वतःच्या या खेळांना फार गांभीर्याने घेतात. ज्यांच्या घरात एकापेक्षा अधिक पाळीव प्राणी आहेत, त्यांना हे प्राणी आपसात अशी लुटुपुटूची लढाई किंवा खेळ करताना दिसतील. ते उगाचच उड्या मारतात, लपतात, दबा धरून बसतात, एकमेकांचा पाठलाग करतात, त्यांच्यावर झेप घेतात आणि सगळीकडे पळापळ करतात. आपल्याला असे वाटते की, ते स्वतःच्या कौशल्यांचा सराव करत आहेत, जसे की शिकार कशी करायची, मारामारी कशी करायची, संकटापासून पळ कसा काढायचा, वगैरे. अजून एका मतानुसार ते जेव्हा खेळतात, तेव्हा ते परस्परांमधील बंध अधिक घट्ट करत असतात. असे बंधन जे त्यांच्या आयुष्यभर त्यांना पुरेल आणि अडचणीच्या वेळी साहाय्यक होईल.

मग, असे एकत्र खेळण्यामुळे प्राणी कठोर होतात का? जगण्यासाठी

आवश्यक असलेली त्यांची कौशल्ये यामुळे सुधारतात का? आणि जर तसे होत असेल तर वय वाढलेले प्राणीसुद्धा का बरे खेळतात? पाण्यामध्ये सूर मारून उड्या मारत खेळणारे डॉल्फिन आठवा बरे किंवा खोल पाण्यात बुड्या मारण्याचा खेळ करणारे देवमासे? पूर्ण वाढ झालेल्या प्राण्यांच्या या खेळाचा हेतू काय असू शकतो? शास्त्रज्ञांकडेही याचे पुरेसे स्पष्टीकरण उपलब्ध नाही. हे अजूनही एक रहस्यच आहे.

शास्त्रज्ञांना आजतागायत गोंधळात टाकणारे एक रहस्य आहे. हे माझे खास आवडते आहे. हे रहस्य चर्चिल, मॅनिटोबा, कॅनडा येथील हडसन बे या जागेचे आहे. ही जागा जागतिक ध्रुवीय अस्वलांची राजधानी म्हणून ओळखली जाते. दोन फोटोग्राफर या विभागात वेगवेगळ्या फिल्म्स घेत होते. त्यांना असे दिसले की, एक ध्रुवीय अस्वल साखळीने स्लेडला बांधलेल्या एका कुत्र्याकडे चालत गेले. ध्रुवीय अस्वलांना कायम अन्न तुटवडा भासतो आणि हे अस्वल खासकरून उपाशी दिसत होते. ध्रुवीय अस्वले ही हिंसक शिकारी असतात आणि स्लेडला बांधलेले कुत्रे खातात असे ऐकिवात होते.

शास्त्रज्ञांनी या संपूर्ण प्रसंगाचे चित्रीकरण करायला सुरुवात केली. पुढे जे काही घडले ते पाहून त्यांना धक्काच बसला. हे अस्वल त्या कुत्र्यापाशी गेले आणि ते दोघे चक्क एकमेकांबरोबर खेळू लागले. दोघे एकमेकांबरोबर गमती गमतीत कुस्ती करू लागले, खोटे खोटे चावे घेऊ लागले. थोड्या वेळाने हे अस्वल उठले आणि निघून गेले. कुत्रा तिथेच राहिला, त्याला यत्किंचितही दुखापत झाली नव्हती.

एखाद्या जनावराने आपली मुळात कमी असलेली ताकद हे असले खेळ करण्यात वाया का बरे घालवावी? खासकरून ते जेव्हा उघड उघड उपाशी दिसत होते? याचा अर्थ असा स्पष्ट होतो की, प्राण्यांच्या प्रौढ वयातही खेळाला खूप महत्त्व असते.

लहान मुले असताना आपण अनेक वेगवेगळ्या प्रकारचे खेळ खेळतो. आपण स्वतःचे असे एक आभासी जग निर्माण करतो आणि काही काळाकरिता आपल्या चिंता विसरून या जगात हरवून जातो. आपण विनोद करतो, खेळतो, हसतो. त्या वेळेला जगाची चिंता उरलेली नसते. कुणी पाहत नसेल तेव्हा आपण नाचसुद्धा करतो.

मग आपण जेव्हा मोठे होतो, तेव्हा नेमके काय बदलते? आयुष्याचे

ओझे आपल्या खांद्यावर भक्कम स्वार होते आणि आपण अचानक गंभीर होऊन जातो.

सगळ्यांच्या अपेक्षांच्या ओझ्याखाली आपण हळूहळू वाकत जातो. आपण स्वतःचे खास असे व्यक्तिमत्त्व हरवून टाकतो आणि इतरांच्या प्रौढवयीन मागण्यांच्या अपेक्षानुसार स्वतःला बदलत जातो. आपल्या जबाबदाऱ्या आणि ध्येय आपले आयुष्य ताब्यात घेतात. रोजच्या जगण्यातल्या छोट्या छोट्या आनंदाचे प्रसंग उपभोगण्याचे आपण विसरून जातो.

आपली कल्पनाशक्ती आणि खेळकर वृत्ती यांनी निर्माण केलेल्या जगामध्ये कधीतरी रमायचे असते, हे आपण विसरून जातो. त्याऐवजी सुटकेसाठी आपल्या हातातल्या फोनकडे वळतो, जो सहज उपलब्ध असतो. आपल्या आजूबाजूच्या परिस्थितीतून आपले लक्ष फोनकडे खेचले जाते. आनंदाऐवजी आपण त्रासदायक बातम्या आणि व्हॉट्सअपवर येणाऱ्या जगाच्या अंताच्या बातम्यांकडे आपले लक्ष वेधले जाते. इतर काही नसलेच तर आपण समाजमाध्यमांवर विविध माणसांनी त्यांचे आयुष्य कसे छानपैकी जगताहेत याचे फोटो टाकलेले असतात, ते तरी निश्चितच पाहतो. आपण आपल्या घरी नुसतेच बसून आहोत आणि आयुष्य आपल्याला वगळून पुढे पुढे जात आहे, या विचाराने आपण गळून जातो.

पण आयुष्य एकसुरीच असले पाहिजे असे कोण म्हणतो? सन २०२०च्या शेवटाला मी टेलिग्रामवर एक मदत करणारा समूह सुरू केला. मी माझ्या इन्स्टाग्रामच्या अकाउंटवरती एक लिंक पोस्ट केली आणि ज्या कोणाला त्या समूहामध्ये यायचे आहे, त्यांच्यासाठी उघड आमंत्रण ठेवले. मी हा समूह निर्माण केला कारण की, माझ्या असे लक्षात आलं होते की, लोक अनेक प्रकारचे भावनिक आणि वैचारिक आघात सहन करत आहेत. आणि मग असे वाटले की, या सगळ्यांना निव्वळ एकमेकांशी बोलता आले तरी ते खूप फायद्याचे ठरणार आहे.

पहिल्याच दिवशी साधारणत: शंभर लोकांनी समूहात सहभाग घेतला. प्रचंड प्रमाणात मेसेज आले, गेले. लोकांनी एकमेकांची ख्यालीखुशाली विचारली. स्वतःवर ओढवलेल्या परिस्थितीचे वर्णन केले. आयुष्य, प्रेम आणि आत्मबल या विषयांवर त्यांनी मला खूप सारे प्रश्न विचारले.

एक लक्षात घ्या की, त्या समूहामध्ये आम्ही सगळेच परस्परांसाठी

अनोळखी होतो. पण तरीही आम्ही आपले अनुभव एकमेकांशी उघडपणाने वाटून घेतले. मग नंतर हळूहळू या संभाषणाचे वळण गांभीर्याकडून खेळकरपणाकडे वळले.

माणसे एकमेकांशी गमतीने बोलू लागली. तिथे वेगवेगळे खेळ खेळायला सुरुवात झाली. एकमेकांसाठी कविता लिहिणे सुरू झाले.

संपूर्ण समूहच खेळकर झाला. असा एक समूह जो मी दुःखे, अडचणी वाटून घेण्यासाठी आणि व्यक्त करण्यासाठी निर्माण केला होता, तो या नकारार्थकतेच्या समुद्रात एक सकारात्मकतेचे बेट बनला.

या समूहातील सगळ्या माणसांना आयुष्याकडून काहीतरी छान आनंद हवा होता. सगळे त्यासाठी आसुसलेले होते. त्या भयंकर काळी जेव्हा व्हॉट्सअपवर माणसे ऑक्सिजन सिलिंडर मिळवण्यासाठी विचारणा करत होती, लॉकडाऊन आणि मरणाच्या बातम्या सगळीकडे पसरत होत्या, त्याच ठिकाणी हा एक छोटासा खेळकर समूह थोडासा निवांतपणा आणि आनंद मिळवण्याची जागा ठरला.

आनंदी असण्याची माणसाची भावना अतिशय बलवान असते. खरे सांगायचे तर ज्या वेळेला मनुष्य अत्यंत संकटात किंवा त्रासात असतो त्याच वेळेला याची फार गरज असते. कुठल्याही प्रकारच्या निर्विष मौजमस्तीतून मिळणाऱ्या निर्भेळ आनंदाची गरज असते.

तुमचा सवयींचा प्रशिक्षक म्हणून मी तुम्हाला स्वतःच्या आयुष्यात मौजमस्ती आणण्याचे सुचवतो. तो खेळकरपणा, मजेच्या छोट्या छोट्या क्षणांनी भरलेला काळ शोधा. विनोद करा. मित्र-मैत्रिणींना हसवा. त्यांच्या गमतीच्या किंवा लुटुपुटूच्या खोड्या काढा. वेड्यासारखे वागा. खदखदून हसा. हे सगळे अगदी अकारण सहज करा.

तुमच्या आयुष्यातल्या रोजच्या कामांमध्ये या मजेचा समावेश करा. तुमची कंटाळवाणी कामेसुद्धा आनंदाची होऊन जातील.

आयुष्यातल्या मजेसाठी स्वतःला अपराधी मानू नका. हे कायम लक्षात ठेवा की, दिवसभराच्या तणावातून हे मजेचे क्षण तुम्हाला थोडासा विसावा मिळवून देत असतात. जगण्याचे गांभीर्य, सतत आढळणाऱ्या वाईट बातम्या यांतून क्षणमात्र सुटका मिळवून देतात.

जगण्याच्या गंभीर प्रवासात थोडा विश्रांती काळ मिळवण्यासाठी ह्या

मस्ती करण्याच्या सवयीचा तुमच्या जगण्यात अंतर्भाव करा. तुम्ही दररोज करत असलेल्या प्रत्येक कृतीला मजेची, आनंदाची कृती कसे करता येईल याचा विचार करा. रात्रीच्या कौटुंबिक एकत्र जेवणाच्या वेळी एकमेकांबरोबर छान गप्पा मारा. त्यात मस्ती येऊ दे. दैनंदिन कामे, अगदी तुमच्या व्यावसायिक किंवा नोकरीतल्या कामातसुद्धा हा हलकेफुलकेपणा येऊ दे. प्रत्येक गोष्टीतून छान गंमत कशी मिळवता येईल किंवा निर्माण करता येईल याचाही विचार करा. मस्तीची सवय लावून घ्या म्हणजे ती तुमच्या जगण्याचा एक भाग होऊ शकेल.

लक्षात ठेवा, तुम्ही प्रौढ झाला आहात, याचा अर्थ असा नाही की, तुम्ही मस्ती करू शकत नाही किंवा मजा अनुभवू शकत नाही.

सराव

आज तुम्ही ज्या जबाबदारीच्या ओझ्याखाली वाकलेले आहात, त्या नव्हत्या अशा काळाचा विचार करा. त्या काळात मागे जा आणि तुम्हाला कशाने आनंद मिळत होता, त्याचा विचार करा. मित्र-मैत्रिणींसोबत वेळ घालवण्यात? गप्पा मारण्यात? एकमेकांना विनोद सांगण्यात? खदखदून हसण्यात? मनसोक्त नृत्य करण्यात? एकमेकांच्या खोड्या काढण्यात?

तुमचे हे जबाबदारीने भरलेले प्रौढ आयुष्य सुरू होण्याआधीच्या काही गोष्टींबद्दल लिहून काढा.

....

....

....

....

....

त्यानंतर येत्या आठवड्यात यातल्या कुठल्या तीन गोष्टी करून तुम्ही आपल्या आयुष्यात पुन्हा एकदा आनंद आणि मौजमजा परत आणू शकणार आहात ते ठरवा आणि करा. तुमच्या कामाच्या व्यग्र वेळापत्रकात याला फार वेळ लागणार नाहीये. ती अगदी छोट्यात छोटी गोष्टसुद्धा असू शकते.

....

....

....

....

....

हा जो मागील उपक्रम आहे तो तसाच पुढील अनेक आठवडे वारंवार करत राहा. जोवर याच प्रकारे आनंदाने जगण्याची सवय तुमच्या आयुष्याचा भाग होत नाही तोवर हे करत राहा. मग ती सवय तुमच्या व्यक्तिमत्त्वाचा एक भाग होईल. दैनंदिन कामांमध्ये मस्तीचा सहभाग वाढवा. कंटाळवाणी कामेसुद्धा आनंदमय होऊन जातील.

तुम्ही कोण आहात एक बटाटा की एक अंडं?

बेंजामिन वादी मौघन हा एक लंडनमधला घर रंगवणारा रंगारी होता. त्याने १८६८ साली पाणी गरम करणारा हिटर तयार केला. उष्ण पाण्याच्या झऱ्यांवरून त्याने स्वतःच्या या शोधाचे नाव गिझर असे ठेवले. या प्रयोगात थंड पाण्याच्या नळ्यांखाली दिवे लावून ठेवले जात. त्यांच्या ज्योतींच्या उष्णतेमुळे पाईपमधून वाहणारे पाणी तापत पुढे जाई. आणि अहो आश्चर्य! गरम पाणी मिळे. त्याच्या या शोधातून स्फूर्ती घेऊन नॉर्वेजियन इंजिनिअर एडविन रूड याने गरम पाणी साठवून ठेवणारी टाकी तयार केली आणि त्यानंतर जे काही झाले तो इतिहास सर्वज्ञात आहे.

आजकाल तर आपण फक्त एक बटण दाबतो आणि नळातून गरम पाणी वाहू लागते. कोणे एके काळी पाणी गरम करणे हे किती त्रासाचे आणि वेळखाऊ काम होते, याची आपण कल्पनासुद्धा करू शकत नाही. हे तत्काळ उपलब्ध होणारे गरम पाणी जरी आज आपल्या सोयीचे असले तरी ते एक प्रकारे त्रासाचे निदर्शक किंवा रूपक ठरले आहे. समजा, तुम्ही एखाद्याला विचारले की, 'तुम्ही कसे आहात?' आणि त्यांनी उत्तर दिले की, 'या नव्या कामामुळे मी गरम पाण्यात सापडलो आहे...', तर त्याचा अर्थ असा आहे की, आजूबाजूचे जग त्यांच्यावर खूप जास्त दबाव टाकत आहे. ते खूप त्रासातून जात आहेत.

गरम पाण्यात असणे हे एखाद्या त्रासदायक जागी किंवा प्रसंगात अडकणे, याला समानार्थी रूपक आहे. पण ते तसेच कायम असले पाहिजे

का? तसे असण्याची आवश्यकता आहे का? आपण एक छोटासा प्रयोग करून पाहू. एका भांड्यात पाणी गरम करायला ठेवा. पाणी उकळायला लागल्यानंतर त्यात एक अंडे सोडा आणि एक बटाटा सोडा. त्यांना थोडा वेळ उकळू द्या. हे तुम्हाला एखाद्या पाककृतीसारखे वाटते आहे ना?

काही काळ बटाटा आणि अंडे यांना त्या पाण्यात उकळू दिले, तर तुमच्या असे लक्षात येईल की, अंडे हे पूर्वीपेक्षा अधिक कठीण झाले आहे. उकळत्या पाण्यात राहिल्यामुळे ते आता फुटण्याची शक्यता कमी झाली आहे. याउलट बटाटा मात्र पाण्यात उकळून मऊ झाला आहे. तुम्ही सहजपणे त्याचा लगदा करू शकता.

आता हे एकापेक्षा दुसरे चांगले की वाईट हा मुद्दा येथे महत्त्वाचा नाही. कठीण बनणे चांगले आहे का? तुम्ही मऊ होणे हे एका अर्थाने तुमच्यासाठी वाईट ठरू शकते का? एका पदार्थातून तुम्हाला प्रथिने मिळतात तर दुसऱ्यातून कर्बोदके. खरे तर आत्ता या क्षणी यातले काहीच महत्त्वाचे नाही. त्यामुळे ते आपण काही काळ विसरून जाऊ.

प्रयोगाचे तात्पर्य असे आहे की, दोन्ही वस्तूंना एकाच वेळेला, एकाच परिस्थितीला सामोरे जावे लागले होते : गरम पाणी. गरम पाणी तुमच्यात कुठल्याही प्रकारे बदल घडवून आणत नाही किंवा तुमच्यात काही तोडमोड घडवून आणत नाही. ते फक्त 'असते'. तुम्ही घडता किंवा बिघडता ते मुळात तुम्ही जे काही आहात त्यामुळे. आता एक बटाटा अंडे होऊ शकत नाही किंवा अंडे बटाट्याची जागा घेऊ शकत नाही. पण, सुदैवाने आपण माणसे बहुआयामी असतो. आपल्याला निवड करण्याचे तारतम्य असते.

तुम्ही हे पाहिले असेल की, जेव्हा दोन वेगवेगळ्या व्यक्तींना एकाच प्रकारच्या आव्हानाचा सामना करावा लागतो, त्या वेळेला ह्या दोन व्यक्ती वेगवेगळे पर्याय निवडतात. तुम्ही जो पर्याय निवडता त्यामुळे हे ठरते की, तुम्ही कठीण आहात की मऊ? ताकदवान आहात की अशक्त? चांगले घडणार की बिघडणार?

तुम्हाला जेव्हा गरम पाण्यामध्ये टाकले जाते, त्या वेळेला सतत त्या परिस्थितीबद्दल तक्रार करत राहू नका. पाण्याचे तापमान बदलावे अशी इच्छा करण्यात स्वतःची ऊर्जा वाया घालवू नका. या उलट परिस्थितीत सुधार कसा

आणता येईल असे पर्याय निवडा. गरम पाण्याचा उपयोग स्वतःची प्रगती करण्यासाठी प्रोत्साहन म्हणून करा.

उदाहरणार्थ, तुम्ही एका अत्यंत आव्हानात्मक विक्री खात्यात नोकरी करत आहात. तुमच्यासमोर नेमून दिलेले लक्ष्य आणि ते साधण्यासाठी तुमच्यावर असलेल्या परिस्थितीचा दबाव हे तुमचे गरम पाणी आहे. या दबावाचा उपयोग आपल्या कामात सुधार करण्यासाठी करा. विक्रीची नवीन तंत्रे शिकून घ्या. विक्रीसाठी नवीन संभाषण कौशल्य आत्मसात करा आणि अधिकाधिक विक्री करण्यात यश मिळवा.

कधी कधी आपण एखाद्या कठीण प्रसंगात सापडतो. ही परिस्थिती आपल्यातील लपलेले गुणधर्म शोधण्यासाठीची संधी असते. जगातील ज्या ज्या थोर व्यक्तींचे आपल्याला कौतुक वाटत असते ते सगळेजण कधी ना कधी त्यांच्या आयुष्यात अशा प्रकारच्या गरम पाण्याच्या दबावातून गेलेले असतात. मी स्वतःसुद्धा अशाच प्रकारे उकळत्या पाण्याचा दाह सोसून बदललो. माझी परिस्थिती बदलणार नव्हती, मग मी स्वतः बदललो.

तुमच्या आयुष्यात येणाऱ्या अवघड परिस्थितीत बदल करण्यासाठी मी तुम्हाला तीन सवयी सुचवतो.

पहिली सवय

सतत तक्रार करणे थांबवा आणि इतरांबरोबर तुलना करणे थांबवा. तुम्ही जेव्हा तक्रार करणे थांबवता, तेव्हा तुम्ही जबाबदारी घ्यायला शिकता. तुलना करू नका कारण की, ती माणसे कुठल्या त्रासदायक परिस्थितीतून जात आहेत हे तुम्हाला ठाऊक नसते. पाणी पारदर्शक असले तरीही आपल्याला फक्त स्वतःच्या भांड्यातले उकळते पाणीच दिसू शकते.

दुसरी सवय

तुमच्यासमोर उद्भवलेल्या परिस्थितीचा स्वीकार करा आणि त्यातून बाहेर पडण्यासाठी स्वतःला अधिक सक्षम करा. दुःखाचा किंवा त्रासाचा सातत्याने विरोध करत राहण्यापेक्षा त्याच्या जोडीने काम करत राहून किंवा त्या त्रासासकट काम करायला शिका. तुमचा कामाचा आराखडा रोज तपासून

पाहा. एका वेळेला एक छोटे पाऊल टाका आणि हळूहळू त्या परिस्थितीतून मार्ग काढत बाहेर पडा.

तिसरी सवय

परिस्थिती कितीही कठीण झाली तरीही स्वतःला सकारात्मकच ठेवा. मान्य आहे की हे खूप अवघड आहे. पण आपली मानसिक स्थिती आपली ताकद ठरवत असते. त्यामुळे आपण मनाला सतत पोषण पुरवले पाहिजे.

तुम्ही ज्या तीन गोष्टींसाठी आभारी आहात, त्या दररोज लिहून काढा. तुम्हाला ज्यामुळे आनंद मिळतो आणि तुमच्या मनात सकारात्मकता वाढू शकते, अशा प्रकारचे पॉडकास्ट ऐका किंवा व्हिडिओ पाहा. आपल्या मनातील सकारात्मकता वाढवण्यासाठी कुठलीतरी एक गोष्ट रोज करत राहा.

हे लक्षात ठेवा. जग तुमच्यासमोर कुठले आव्हान उभे करणार आहे ते तुमच्या हातात नाही; पण तुम्ही त्यावर ताबा मिळवण्यासाठी काय करू शकता ते तुमच्या हातात आहे. तुम्ही अंडे व्हायचे की बटाटा हे ठरवा. तुम्ही कशाची निवड करणार आहात?

सराव

तुमच्या आयुष्यातली अशी परिस्थिती ओळखा जिथे तुम्हाला असे वाटते की, तुम्ही उकळत्या पाण्यात उभे आहात. हे तुमच्या आयुष्यातले मानसिकदृष्ट्या दुःखदायक, त्रासदायक किंवा आव्हानात्मक असे काहीही असू शकते.

या परिस्थितीबद्दल तुमच्या मनात प्रामुख्याने येणारे विचार लिहून काढा.

....

....

....

....

....

त्यानंतर ते वाचा आणि हे समजून घ्या की, तुम्ही त्या परिस्थितीबद्दल तक्रार करता आहात का? इतर कुणासोबत किंवा परिस्थितीसोबत याची तुलना करत आहात का? जर त्याचे उत्तर हो असेल, तर प्रथमतः या अडचणीचा स्वीकार करा. तुम्हाला तातडीने त्याच्यावरती काही उपाय शोधून काढता येणार नसला तरीही त्याची जबाबदारी स्वीकारा. तुम्ही ही परिस्थिती कशी हाताळणार आहात आणि त्याबद्दल तुमच्या मनात काय भावना आहेत ते ओळखा.

पुन्हा पुन्हा विचार करा. शब्दांमध्ये योग्य ते बदल करून समर्पक वाक्यरचना करा आणि तुमचे हे विचार पुन्हा एकदा लिहून काढा.

....

....

....

....

त्यानंतर तुम्ही स्वतःला या परिस्थितीतून कसे बाहेर काढणार आहात आणि अधिक सक्षम घडवणार आहात यासाठी एक आराखडा तयार करा. दररोज त्याचे परीक्षण करा. एका वेळेला एक पाऊल, छोटेसे असले तरी पण पुढे टाका.

....

....

....

....

शेवटी तुमच्या आयुष्यातील आभार मानण्यासारख्या तीन गोष्टी लिहिण्याची दैनंदिन सवय लावून घ्या. त्यासाठी पुढील तक्त्याचा वापर करा.

यामुळे तुमच्या एकूण दृष्टिकोनात आणि विचारांमध्ये सकारात्मकता येईल. तुमचे मन सकारात्मकतेने आणि आनंदाने भरून जाईल.

मी पुढील गोष्टींसाठी आभारी आहे –

....

....

....

....

अडचणी व दुःख, हे तुमची प्रगती आणि त्याकडे जाण्याचा मार्ग याचा एक भाग असतो; याचा स्वीकार करा. तुमच्या प्रयत्नात यांचा सहजतेने अंतर्भाव करा.

त्यानंतर, तुम्ही अंडे व्हायचे की बटाटा याची निवड तुम्ही कोणता पर्याय स्वीकारता यावर ठरवू शकाल.

हे अशक्य नाही

अशक्य असे काहीही नसते. मला थोडेसे स्पष्टीकरण देऊ द्या. तुम्हाला हे माहिती आहे का, की काही शतकांपूर्वी असे मानले जात होते की, माणसांनी जर ताशी ऐंशी किलोमीटरपेक्षा अधिक वेगाने प्रवास केला, तर ते मरतील? इतक्या वेगाने प्रवास केला तर माणसे श्वास घेऊ शकणार नाहीत आणि त्यामुळे त्यांचे मस्तक फुटून जाईल अशी मान्यता होती. आज जेव्हा आपल्याला हे आठवते त्या वेळेला आपल्याला हसू येते. परंतु या वेगाने धावू शकणारी गाडी जेव्हा पहिल्यांदा तयार केली गेली त्या वेळेला लोकांना त्याची चक्क भीती वाटत होती.

अशा अनेक गोष्टी ज्या अशक्य आहेत, असा आपला विश्वास होता, त्या आठवल्या की, त्यातल्या वेडेपणाबद्दल आश्चर्य वाटते, कारण अचानकच एकच दिवस असा उजाडतो, जेव्हा त्या शक्य होतात. अगदी घरात लागणाऱ्या छोट्याशा दिव्यापासून विमानापर्यंत. अशा गोष्टी ज्या आज आपण नेहमीच्या जगण्यात गृहीत धरून चालत असतो. त्या कोणे एकेकाळी, कधीतरी अशक्यच समजल्या जात होत्या.

मी जेव्हा कॉलेजमध्ये होतो, त्या वेळी आमच्या एका कौटुंबिक स्नेह्यांनी मला असे सांगितले होते की, त्यांनी म्हणे अशा शास्त्रज्ञांबद्दल ऐकले आहे जे फोन करणाऱ्याचा फोटो दिसू शकेल असा फोन तयार करण्यासाठी संशोधन करत आहेत, तेव्हा मी खूप जोरात हसलो आणि त्यांना म्हणालो हे तर अशक्यच आहे. त्या काळामध्ये चित्र तर सोडाच, परंतु मी रंगीत फोनचासुद्धा विचार करू शकत नव्हतो.

परंतु आज माझ्या स्वतःच्याच हयातीत यातल्या कित्येक अशक्य गोष्टी शक्य झालेल्या मी पाहिल्या. आजकाल सहज करता येणाऱ्या, पण लोकांना न आवडणाऱ्या झूम मीटिंगचे तंत्रज्ञान हे कोणी एकेकाळी खूप खास बोर्डरूमसाठीच राखीव होते. मी ज्या ज्या वेळेला अशा मीटिंगला जात असे त्या त्या वेळेस मला फार आश्चर्य वाटत असे. अरे वा! जगातली सगळी माणसे अशाप्रकारे एका ठिकाणी एकत्र येऊ शकत आहेत आणि त्या एकेका कॉलची किंमत हजारो रुपये असायची. एक प्रकारचा वेडेपणाच तो.

आणि आज थोड्याच काळानंतर मी स्वतः अशा मीटिंग ठरवू लागलो. भारतात कर्जत येथील माझ्या शेतघरात बसून मी युरोपमधून माझ्या वर्कशॉपमध्ये सहभाग घेणाऱ्या लोकांसाठी अशा प्रकारच्या झूम मीटिंग घेऊ लागलो. अशक्य वाटत होते ते किती कमी काळात शक्य झाले.

मला अशी माणसे माहीत आहेत जी कायमच अशक्य हा शब्द वारंवार वापरतात. हा शब्द त्यांच्या दैनंदिन संभाषणाचा भाग असतो. हा शब्द वापरण्याबद्दल माझ्या अनेक हरकती आहेत. सर्वप्रथम, एखादी गोष्ट घडून येण्याच्या शक्यतेचे दार तुम्ही आपणहून बंद करून टाकत असता. याचा अर्थ असा – जेव्हा आपल्याला वाटते की, एखादी गोष्ट घडणे शक्यच नाही त्या वेळेला आपण त्या दृष्टीने प्रयत्न करण्याचा थांबवून टाकतो. सुरुवात करण्याच्या आधीच आपण हार पत्करतो. पण खरी गोष्ट अशी आहे की, एखादी गोष्ट घडवण्याच्या दृष्टीने तुम्ही एकदा पहिले पाऊल टाकले की, पुढच्या गोष्टी तितक्याशा कठीण राहत नाहीत. त्यामुळेच माझे हे नेहमीच म्हणणे आहे की, सुरुवात करणे हेच मुळी निम्मे युद्ध जिंकण्यासारखे आहे.

दुसरा मुद्दा असा की, जेव्हा आपण एखाद्या गोष्टीला अशक्य असे म्हणून आपल्या विचारातून पूर्णपणे बाद करून टाकतो, तेव्हा आपण ते विसरतो आणि आयुष्य पुढे जगायला सुरुवात करतो किंवा दुसऱ्या कुठल्यातरी गोष्टीचा विचार करू लागतो. ती बाब आपल्या मेंदूतून पूर्णतः पुसली जाते आणि शेवटचा मुद्दा असा की, आपण आपली कल्पनाशक्ती वापरणेदेखील बंद करून टाकतो. हा तुम्ही स्वतःप्रती केलेला सगळ्यात मोठा गुन्हा आहे. आपली कल्पनाशक्ती हेच ते शस्त्र आहे की, ज्यामुळे आपण गोष्टींना दृश्यरूपात पाहण्यासाठी आणि घडवून आणण्यासाठी विचार करू शकतो. आपल्या भविष्याचे चित्र आपण तयार करू शकतो. यामुळेच तर आपण

स्वप्न पाहू शकतो. आज ज्या गोष्टी अस्तित्वात आहेत. त्या कोणे एकेकाळी अशक्यच मानल्या जात होत्या. पण, तरीही त्यांची सुरुवात कुणाचे तरी एक स्वप्न म्हणून झाली होती असे स्वप्न की, जे त्या त्या व्यक्तींनी प्रत्यक्षात आणले त्यांनी भविष्यात हे घडताना पाहिले आणि हे घडू शकेल, यावर विश्वास ठेवला. मग त्या दृष्टीने त्याने पावले उचलली आणि प्रचंड प्रयत्न करून त्या गोष्टी घडवून आणल्या. अशक्य ते शक्य घडवून आणण्यासाठी तुमच्या भविष्याचे चित्र तुम्हाला तयार करता येणे हीच गुरुकिल्ली आहे.

आता याचा आणि तुमच्या आयुष्याचा काय संबंध आहे? चला तर, पाहूया.

आपण पटकन एखाद्या निष्कर्षापर्यंत पोहोचतो : मी कधीही एक व्यावसायिक पेस्ट्री शेफ होऊ शकणार नाही. माझ्याकडे कधीही दहा लाख डॉलर्स असूच शकणार नाहीत. मी कधीही फेरारीचा मालक होऊ शकणार नाही आणि यासारख्या इतर अनेक गोष्टी. आपल्याला असे वाटते की, ही साध्य करण्यासाठी अशक्य अशी ध्येये आहेत. पण खरी गोष्ट अशी आहे की, त्या गोष्टी अशक्य आहेत, कारण अजूनपर्यंत त्या शक्य कशा करायच्या हे आपल्याला माहीत नसते.

'अजूनपर्यंत' हा इथे महत्त्वाचा शब्द आहे. आज, आत्ता, या क्षणी, वर्तमानात तुम्ही हे करू शकत नाही. पण तुम्ही ही कल्पना करूच शकता, की भविष्यात हे घडू शकते. त्यानंतर हे घडवून आणण्यासाठी काय केले पाहिजे याची कल्पना करा. कल्पनाशक्तीत खूप मोठी ताकद असते. 'अशक्य' असा एक वेडा शब्द वापरून तुम्ही तिचे सामर्थ्य वजा करून टाकू नका.

तर तुमच्या स्वप्नातले तुमचे आयुष्य प्रत्यक्षात आणण्यासाठी तुमची उत्तम आणि सोपी सवय आहे – ती म्हणजे कधीही अशक्य हा शब्द वापरायचा नाही. या ऐवजी तुम्ही स्वतःच्या ध्येयांना 'भविष्यात घडू शकणारी शक्यता' असे म्हणून निर्देशित करायला सुरुवात करा. हळूहळू तुम्ही स्वतःच 'आपण हे करू शकतो' यावर विश्वास ठेवू लागाल.

आणि इतर काहीच नाही तर हे लक्षात ठेवाच की, टॉम क्रूझ जर करू शकतो तर मलाही ते जमणारच!

सराव

तुमच्या नजीकच्या भूतकाळातील असा एखादा प्रसंग किंवा गोष्ट आठवा किंवा स्वप्न जे मिळवण्यासाठी तुम्ही प्रयत्न सोडून दिले होते, कारण तुम्हाला असे वाटत होते की, ते अशक्य आहे. ते इथे लिहून काढा.

....

....

....

....

....

....

आता हीच इच्छा पुन्हा एकदा 'अजूनपर्यंत' हा शब्द घालून पुन्हा एकदा इथे लिहून काढा.

उदाहरणार्थ, समजा तुम्हाला एखादे महागडे घड्याळ विकत घ्यायचे होते, तर 'अशक्य' या शब्दाच्या ऐवजी अजूनपर्यंत मी हे घड्याळ विकत घेऊ शकलो नाही, अशा शब्दात लिहा.

....

....

....

....

....

....

आता तुमच्या कल्पनाशक्तीला पूर्ण मुभा द्या आणि अशा कुठल्याही तीन गोष्टी किंवा कल्पना लिहून काढा, ज्या तुमचे स्वप्न सत्यात आणण्यासाठी तुम्हाला मदत करू शकतात.

....

....

....

....

....

....

....

तुम्हाला जितक्यांदा शक्य आहे तितक्यांदा हा प्रयोग करत राहा. भविष्यात हे घडणारच आहे, हे शब्द तुमच्या शब्दकोशाचा भाग होऊ द्या आणि अशक्य हा शब्द तुमच्या विचारातून, तुमच्या शब्दकोशातून आणि तुमच्या आयुष्यातून पूर्णपणे काढून टाका.

निर्लेप मन

तुम्हाला हे ठाऊक आहे का की, पावलांवर असलेल्या छोट्या-छोट्या केसांच्या मदतीने पाली भिंत चढू शकतात? त्यांच्या पावलावरच्या या छोट्या नाजूक लवीला सीटी (Setae) असं म्हणतात, ज्यांच्या मदतीने पाली कुठल्याही पृष्ठभागावर चढू शकतात. त्यामुळे त्या छतावरती उलट्यासुद्धा चालू शकतात!

परंतु असा एक पृष्ठभाग आहे, ज्याच्यावर पाली चढू शकत नाहीत. त्याचे नाव आहे मनुष्यनिर्मित 'निर्लेप' हा पृष्ठभाग. हो, तोच काळा थर जो आपल्या तव्यांवर असतो. निर्लेप इतके गुळगुळीत असते की, सीटायसारखे सूक्ष्म केससुद्धा त्यावर अडकू शकत नाहीत. त्यामुळे पाली त्यांचा आधार घेऊन पुढे सरकू शकत नाहीत. ज्या कोणाला पालींची भीती वाटते, त्यांना आता कळलेच असेल की, पालींपासून सुटका मिळवण्यासाठी काय करता येईल. त्यांनी आपल्या घराच्या भिंतींना निर्लेपचा थर द्यावा!

निर्लेप किंवा टेफ्लॉन हा पदार्थ मूलतः तव्यांसाठी तयार केला गेला नव्हता. खरे सांगायचे तर त्याचा उपयोग अनेक वेगवेगळ्या ठिकाणी केला गेला होता. उदाहरणार्थ, चिलखतालासुद्धा भेदून जाऊ शकतील अशा बंदुकींच्या गोळ्यांमुळे पिस्तुलाच्या नळीचा अंतर्भाग झिजून जाऊ नये म्हणून त्यावर निर्लेपचा थर दिला जातो. डॉक्टर ज्या सुया वापरतात त्या वेदनानिरोधक व्हाव्यात म्हणून त्यावर निर्लेपचा थर दिला जातो. अगदी मंगळ मोहिमेमध्येसुद्धा निर्लेपचा वापर केला गेला होता!

रोजच्या स्वयंपाकाच्या भांड्यामध्ये निर्लेपचा वापर कमी करावा

या हेतूने मी स्टेनलेस स्टीलच्या तव्यावरती अंडे तळायला सुरुवात केली किंवा असं म्हणेन की, तळण्याचा प्रयत्न करून पाहिला. परंतु मी काहीही केले तरीही तव्याला चिकटलेले अंडे मी त्यापासून सोडवू शकलो नाही. ते अधिकाधिक चिकटून राहू लागले. मी जितक्या अलगदपणे तव्यावरून ते अंडे सोडवण्याचा प्रयत्न करत होतो, तितक्या अधिक निग्रहाने ते तव्याला चिकटून बसत होते. लवकरच ते करपून वाया जाणार होते. मी एकामागोमाग एक अनेक अंडी याच पद्धतीने तळण्याचा प्रयत्न केला आणि दरवेळी त्याचा परिणाम हाच होत होता. तवा फार अधिक गरम आहे की थंड आहे याचा मला निर्णय घेता येईना. मी तव्यावर पुरेसे तेल टाकले होते ना?

मग मला असे लक्षात आले की, आपला नेहमीचा तवा वापरण्याआधी त्यावर थोडे तेल घालून तो गरम करावा लागतो. त्यानंतर कृती करण्यासाठी त्या तव्याचे तापमान किती असणे गरजेचे आहे हे शोधून काढावे लागते. त्यासाठी तव्यावर थोडेसे पाणी शिंपडावे लागते. हे सगळे करून झाले आणि त्यानंतर मग मी त्याच्यावर खाण्यायोग्य अंडे तळू शकलो. पण तरीही निर्लेपच्या तव्यावर तळलेल्या अंड्यांइतकी चव त्यातल्या कुठल्याही अंड्याला आली नाहीच.

आपले मन हे स्टेनलेस स्टीलच्या तव्यासारखे असते आणि आपले विचार अंड्यांसारखे असतात. कधीकधी ते आपल्या मेंदूमध्ये घट्ट चिकटून बसतात. आपल्याला नको असले तरी ते बसल्या जागी करपतात आणि एकंदरीतच त्या सगळ्याचा राडा होऊन बसतो. त्यानंतर त्यांना बाहेर काढणे अशक्य होते आणि निघाले तरी ते इकडे तिकडे जळक्या खुणा शिल्लक ठेवतातच. ज्या वेळेला आपल्या मनात असे विचार येतात जे काही केल्या तिथून बाहेर निघतच नाहीत, त्या वेळेला आपण अति जास्त विचार करू लागतो. हे साधारणतः त्या तव्याखालचा अग्नी वाढवण्यासारखे आहे. यामुळे ते विचार करण्यापलीकडे काहीही होत नाही.

कधी कधी आपण इतर काही कृती करून स्वतःचे मन दुसरीकडे वळवण्याचा प्रयत्न करतो. तरीही तो विचार मनात आहे तिथे राहतोच. आपण जर त्याच्याकडे दुर्लक्ष केले तरी तो तिथे चिकटलेला असतो आणि हळूहळू करपायला सुरुवात होते. तव्यावर परतायला ठेवलेल्या अंड्यासारखाच हा विचार जळत राहतो.

या उलट आपण आपल्या मनाला इतर कुठल्यातरी गोष्टींची जोड देण्याचा प्रयत्न केला पाहिजे. कृतज्ञतेची सवय अंगी बाणवणे आणि आपले विचार लिहून काढून त्यात सुसूत्रता आणणे या दोन गोष्टींपासून आपण सुरुवात करू शकतो. या सवयींमुळे आपण आपल्या विचारांना घट्ट चिकटून राहण्याच्या सवयीपासून सुटका मिळवू शकतो. दुसऱ्या शब्दात सांगायचे तर आपण मनावर 'प्रक्रिया' करतो.

तुमच्या सवयींचा प्रशिक्षक म्हणून मला तुमचे, फक्त योग्य वळण लागलेले मन किंवा मेंदू नको आहे. तुम्ही निर्लेप मनाचा अनुभव घ्यावा असे मला वाटते. असे म्हणा की, जिथे विचार येतात आणि घसरून जातात त्या विचारांसोबत आपली कुठलीही मानसिक गुंतवणूक किंवा जुळणी होत नाही.

आपण जेव्हा ध्यानाचा सराव करतो, त्या वेळेला ही अलिप्तता साधता येते. ध्यान करणे म्हणजे एक प्रकारे संपूर्ण विचाररहित किंवा पोकळ मानसिक अवस्था मिळवणे असते असे आपण मानतो; परंतु ते योग्य नाही. ध्यानावस्थेचा अर्थ हा आहे की, आपल्या मनात विचार ये-जा करतात; परंतु आपण त्यांचा अतिविचार करत नाही किंवा कुठल्याही प्रकारे ते विचार आपल्या मनामध्ये साठून राहत नाहीत. ते फक्त येतात आणि जातात. त्याचा आपल्याला कुठल्याही प्रकारे त्रास असत नाही, दुःख होत नाही, काळजी नसते किंवा ते विचार 'जळत' नाहीत.

ध्यान करण्याच्या सरावाने आपण निर्लेप मन मिळवू शकतो. माझी अशी इच्छा आहे की, तुम्ही ध्यान करणे याचा विचार करावा. ती संकल्पना, त्याची प्रक्रिया काय आहे, कशी असते हे समजून घ्या. त्यायोगे तुम्ही तुमच्या मनाला निर्लेप वृत्तीने जगता यावे, यासाठी स्वतःवर काम करायला सुरुवात कराल.

यासाठीची प्रथम पायरी आहे ती म्हणजे स्वतःच्या मनाला जिज्ञासू आणि चौकस वृत्तीचे होण्याची सवय लावा. ध्यानाबद्दल अधिकाधिक माहिती मिळवा. त्याचे फायदे काय आहेत ते शोधून काढा. तुमच्या दैनंदिन आचारात ध्यान करण्याच्या सवयीचा अंतर्भाव करा. स्वतः ध्यान करण्यासाठी रोजची एक वेळ ठरवून घ्या. उदाहरणार्थ, मी स्वतः दररोज सकाळी बरोबर साडेसहा वाजता ध्यानाला बसतो. तुमच्यापैकी काहीजण हे शिकला असाल,

परंतु आता त्यांनी नियमित सराव करण्याचे थांबवले असेल तर पुन्हा एकदा त्याचा सराव करायला सुरुवात करा आणि ध्यान करणे हा तुमच्या संपूर्ण आयुष्याचा एक महत्त्वाचा आणि आवश्यक भाग होऊ द्या. त्याची आधी सवय निर्माण करा.

तुम्ही जर याआधी कधीही ध्यान केले नसेल, तर सुरुवातीला फक्त काही काळ एका ठिकाणी स्थिर बसून आपल्या विचारांचा प्रवास निरखून पाहा. त्यातले कुठले विचार मागे रेंगाळतात किंवा चिकटून राहतात याचे निरीक्षण करा. ते विचार आपल्या मनातून सहजी दूर कसे करता येतील हे शोधून काढा. एखाद्या निर्लेप तव्यावरून तुम्ही अंडे किंवा धिरडे ज्या सहजतेने ताटात ओघळू देऊ शकता, तितक्याच सहजपणे तुमच्या मनातून हे विचार ओघळून बाहेर जायला हवेत. ध्यानातून तुम्ही निर्लेप मन मिळवू शकता.

सराव

तुमच्या वैचारिक क्षमतेला वळण लावू शकतील, अशा कुठल्याही तीन सवयी शोधून काढा. दैनंदिनी लिहिणे. दररोज कृतज्ञता व्यक्त करण्याची सवय लावून घेणे किंवा दिवसाला सुरुवात करण्याआधी अशी कुठलीही सवय ज्यामुळे तुम्ही स्वतःचे मन एकाग्र करू शकाल.

....

....

....

....

....

यातली किमान एक गोष्ट करण्यासाठी तरी दररोज सकाळी आवर्जून वेळ काढा. याच यादीमध्ये ध्यान करणे ही गोष्ट अंतर्भूत करा आणि आता त्यासह तुमचे सकाळचे वेळापत्रक आखा. ते खाली लिहून काढा.

तुम्ही जर याआधी ध्यान करायला शिकला असाल, तर इथून पुढे दररोज किमान दहा मिनिटे तरी त्यासाठी वेळ काढा.

....

....

....

....

....

....

तुम्हाला जर ध्यान करणे ही गोष्ट नवीन असेल, तर ध्यान करताना स्वतः वर विचार थांबवण्याची जबरदस्ती करू नका. स्वतःच्या विचारांचे निरीक्षण आणि परीक्षण करा. ध्यानाचा हळूहळू सराव करायला सुरुवात करा. निर्लेप तव्यावरून ज्या सहजतेने अंडे खाली घसरून येईल, त्याच सहजतेने तुमच्या मनातील कुठलेही विचार ओघळून जायला हवेत.

एक पूर्ण महिनाभर याचा सराव केल्यावर तुमच्या हे लक्षात येईल की, तुमचे विचार म्हणजे तुम्ही नाही. तुमचे विचार हे तुमच्या मनात येणारे आणि जाणारे प्रवासी आहेत.

तुम्ही आरामात आहात ना?

मल्लखांब याचा शोध इ.स.पू. २०० वर्षांपूर्वी भारतात लागला होता हे तुम्हाला ठाऊक आहे का? आज जरी त्याला कुस्तीपटू सादर करत असलेला जिम्नॅस्टिकचा एक प्रकार मानला जात असला तरी मूळत: तो एक पारंपरिक मार्शल आर्ट आहे. कोणे एके काळी सर्वच योद्धे व कुस्तीपटू याचा सराव शरीराचे चापल्य वाढवण्यासाठी करत असत.

मल्लखांब विभिन्न स्वरूपात करता येतात. छतापासून लोंबकळणाऱ्या दोरीवर करता येतात किंवा साधारणत: साडेआठ फूट उंचीच्या गुळगुळीत लाकडी खांबावर करता येतात. त्यातही आणखी वेगवेगळे प्रकार आहेत. कुस्तीपटू आपली पकड सुधारण्यासाठी मल्लखांबाच्या तंत्राचा वापर करतात. आता जगप्रसिद्ध सिर्क द्यु सोले (Cirque du Soleil) यामध्ये मल्लखांबाचा समावेश करण्यात आला आहे. आपले भारतीय मल्लखांब गुरू तिथे कला सादर करतात.

आता जागतिक मल्लखांब स्पर्धासुद्धा असते. या आधीची स्पर्धा बुडापेस्ट येथे झाली, तर या नंतरची स्पर्धा अमेरिकेमध्ये आहे. ही भारतीय पारंपरिक मार्शल आर्ट किती वेगाने जागतिक स्तरावर प्रसिद्ध होत आहे ते पाहून मला सुखद आश्चर्य वाटत आहे.

नुकताच मी माझ्या जिममध्ये गेलो. त्या वेळेला पायांसाठी काही खास व्यायाम करावा असे मला वाटत होते. रिसेप्शनवरच्या माणसाने मला

सांगितले की, मल्लखांबाचा वर्ग लावून बघा. माझ्या पहिल्या मल्लखांबाच्या वर्गात मी चार वर्षांपूर्वी सहभागी झालो होतो.

त्या वेळेला मला ते आवडले होते असे काहीसे पुसटसे आठवत होते. म्हणून मी पुन्हा एकदा प्रयत्न करून बघायचे ठरवले.

माझा वर्ग अतिशय छान चालला होता, आम्हाला दोन प्रशिक्षक होते. एक स्त्री जी गेली नऊ वर्षे मल्लखांब करत होती आणि पुरुष जो गेली अकरा वर्षे मल्लखांब शिकवत होता. ते जे काही करत होते ते अतिशय सहज आणि सोपे वाटत होते. ते तितक्याच सहजी होत होते, जोपर्यंत मी प्रत्यक्ष खांबापाशी आलो नाही. तिथे मात्र गोष्टी अवघड झाल्या.

जेव्हा मला खांबाच्या समोर उभे राहून, पुढे वाकून माझे डोके जमिनीला टेकवायचे होते आणि त्याच वेळेला हात मागे करून खांबाला पकडायचे होते. त्यावेळी खासकरून त्रास झाला. माझे शरीर इतके लवचीक असूनही ते काही घडेना.

दुसऱ्या एका विद्यार्थिनीनेसुद्धा तेच करण्याचा प्रयत्न केला आणि तिला ते जमलेदेखील. त्या वेळेला प्रशिक्षकांनी तिला एक प्रश्न विचारला ज्याने मी खूपच चक्रावून गेलो. त्याने तिला विचारले, 'तुला हे आरामदायक वाटतेय ना?' आरामदायक? या अशा विचित्र शारीरिक अवस्थेत कुणालाही आरामदायक कसे काय वाटू शकते? ती एक उघड उघड अतिशय अनैसर्गिक आणि त्रासदायक शारीरिक स्थिती होती. पण त्यानंतर ते पुढेसुद्धा काहीतरी म्हणाले. ते म्हणाले, 'आम्हाला सगळ्यांनाच सुरुवातीला हे अतिशय अवघड गेले होते, पण आता ते सहज शक्य आहे.'

हीच ती गुरुकिल्ली होती!

आपण जेव्हा काहीही नवीन सुरू करतो, तेव्हा सुरुवातीला ते अतिशय त्रासदायक असते. कुठल्याही नवीन सवयीची सुरुवात करणे अवघडच असते. लोकांना हे कसे काय जमते याचे आपल्याला आश्चर्य वाटत राहते. अगदी सकाळी लवकर उठण्याची साधी सोपी सवय घ्या. अनेकांना हे अगदीच सहज सोपे वगैरे असते. पण, इतर काही जणांना मात्र रोज सकाळी स्वतःला अंथरुणातून ओढून बाहेर काढून जागे करणे हे अतिशय वैतागवाणे असते किंवा कधी कधी तर अशक्यच वाटते. व्यायामाच्या बाबतीत किंवा अधूनमधून उपवास करण्याच्या सवयीच्या बाबतीतही हेच घडते. इतरांना

हे करताना पाहून आपल्याला खूप आश्चर्य वाटते की, यांना हे कसे काय जमते बुवा?

तुमचा व्यायामाचा प्रशिक्षक म्हणून मी तुम्हाला एक गुपित सांगू इच्छितो. प्रत्येकालाच हे तितकेच अवघड जाते. कुठल्याही गोष्टीची सुरुवात कुणालाही सुखकारक किंवा आरामदायी असत नाही. परंतु चिकाटीने, दीर्घकाळापर्यंत, सातत्याने ते तेच तेच करत राहतात आणि त्यानंतर ही अवघड वाटणारी सवय हळूहळू नैसर्गिक किंवा सहज वाटू लागते. आणि मग त्याचा सराव करताना माणसाला तीच स्थिती आरामदायीसुद्धा वाटू शकते.

मला तुम्हाला हे सांगायचे आहे की, कुठलीही गोष्ट करताना जेव्हा तुम्हाला अवघड, कठीण वाटत असेल तर त्याचा अर्थ तुम्ही योग्य मार्गावर आहात, हे तुम्ही समजून घ्यायला हवे. नेमक्या त्या पायरीच्या पलीकडे तुम्ही स्वतःला ढकलत न्या. त्यानंतर तुम्ही आरामाच्या स्थितीला पोहोचता. प्रत्येक नवीन सवयीच्या बाबतीत हेच घडते. चिकाटी ठेवा आणि जादू घडताना पाहा.

सराव

अशी कुठलीही सवय जी आत्मसात करण्यासाठी तुम्ही काही काळ प्रयत्न केलात आणि मध्यावर सोडून दिलीत, ती इथे लिहून काढा.

....

....

....

....

....

पुढचे तीस दिवस तीच सवय स्वतःला लावून घेण्यासाठी स्वतःलाच आव्हान द्या. त्यासाठी एक विधान लिहून काढा.

....

....

....

....

....

....

तुमचा प्रवास अधोरेखित करण्यासाठी ज्या दिवशी तुम्ही सराव कराल, त्यादिवशी एखादी मोठी खूण करा किंवा छान हसऱ्या चेहऱ्याचे कार्टून त्या तारखेसमोर काढा.

ज्या दिवशी तुम्हाला हे फारच अवघड वाटणार आहे त्या दिवशी करण्यासाठी दुसरा काहीतरी कार्यक्रम हाताशी तयार ठेवा.

उदाहरणार्थ, तुम्हाला समजा जिममध्ये जाऊन वजन उचलण्याची सवय लावून घ्यायची आहे. अशा एखाद्या दिवशी जेव्हा तुम्हाला हे जमणार नाही, तेव्हा घरी करता येण्यासारखे दुसरे काही सोपे व्यायाम प्रकार ठरवून ठेवा.

....

....

....

....

....

....

ज्या ज्या वेळेला एखादी सवय लावून घेण्याच्या प्रक्रियेत तुम्हाला कंटाळा येईल किंवा अवघड वाटेल त्या त्या वेळेला तुम्ही या सरावाकडे पुन्हा वळा. ती सवय लावून घेण्यासाठी तुम्ही जे विधान लिहून काढले आहे किंवा प्लान बी तयार केला आहे, तो पुन्हा एकदा वाचा. लवकरच तुम्ही तो अडचणीचा पूल ओलांडाल आणि किनाऱ्याच्या दुसऱ्या बाजूला जाल जिथे ती सवय तुमच्या जगण्याचा एक भाग होऊन गेलेली असेल.

व्यस्तता

तुम्ही कधी बिसिग्नेस (Bisignes) हा नॉर्थम्ब्रियन शब्द ऐकला आहे का? त्याचा अर्थ आहे सावध असणे किंवा कामात गर्क असणे किंवा संचित असणे. बिजनेस ह्या शब्दाचे मूळ यात आहे. अशी अवस्था जेव्हा तुम्ही कुठल्यातरी गोष्टीत व्यग्र असता किंवा कामात गर्क असता.

लोकांना असे वाटते की, व्यवसाय करणे म्हणजे या शब्दात वर्णन केल्याप्रमाणे सतत कशात न कशात गुंतून राहणे, इकडून तिकडे तिकडून इकडे पळापळ करणे, एकाच वेळेला पस्तीस हजार वेगवेगळ्या गोष्टींचा सामना करणे. तुम्हाला इतर काही करायला वेळच उरत नाही. पूर्ण करायच्या कामांची यादी सतत वाचत राहून त्यातली कामे एका पाठोपाठ एक आपण पूर्ण करत राहिलेच पाहिजे, या भावनेने तुम्ही ग्रस्त राहता आणि हे फक्त व्यवसाय करणे याच एका बाबतीमध्ये लागू होत नाही, तर आपल्या आयुष्यात आपण इतर कुठलेही काम करत असतो त्यालाही हीच भावना लागू असते.

पण मला हे सगळे बोलायचे नाहीये.

उलट, आपल्या सतत व्यग्र राहण्याच्या वृत्तीबद्दल मला बोलायचे आहे. हा असा विचार आहे ज्यामुळे माणसांना असे वाटते की, आपण सतत काहीतरी करत राहिलेच पाहिजे किंवा करणे गरजेचे आहे. आपण कामात अडकलो आहोत ही भावना त्यांना आपल्या जगण्याला काहीतरी अर्थ आहे असे वाटू देते. त्यांचे आत्ममूल्य ते सतत किती कार्यग्रस्त आहेत यावर अवलंबून असते. माझे अनेक ग्राहक याबद्दल बोलतात. याचा विचार करताना मला असे लक्षात आले की, यात तीन महत्त्वाचे मुद्दे आहेत.

एक, तर ज्यांना या सतत व्यग्र असण्याच्या वृत्तीने ग्रासलेले आहे ते कधीही निवांत राहूच शकत नाहीत. ते सतत इकडून तिकडे पळापळ करत राहतात आणि शांतता म्हणजे काय हे त्यांना ठाऊकच नसते. त्यांच्या आजूबाजूला वावरणे म्हणजे एखाद्या चक्रीवादळात सापडल्यासारखे असते. तुमची स्वतःची शांततासुद्धा इथे धोक्यात येते. सगळ्यात महत्त्वाचे म्हणजे त्यांचे स्वतःचे मन स्थिर नसते आणि त्यामुळे ते शांत होऊच शकत नाहीत.

दुसरा मुद्दा असा की, व्यग्रताग्रस्त मनोवृत्ती असलेले लोक स्वतःहून, सतत निरनिराळे प्रश्न शोधत असतात. त्यांना आपल्या आजूबाजूला कायम काहीतरी दुर्घटना किंवा लक्ष वेधून घेणारी गोष्ट घडायला हवी असते. जेणेकरून ते स्वतः ते प्रश्न सोडवण्यात किंवा ती परिस्थिती दुरुस्त करण्यात व्यस्त राहू शकतील. तुम्ही स्वतःला विचारून पाहा : हे माझे वर्णन आहे का? जर ते तसे असेल तर यानंतर जे काही मी सांगणार आहे त्याबद्दल तुम्ही अधिक सतर्क व्हा, कारण हे आत्मघातक आहे.

या पायरीवर तुम्ही जाणीवपूर्वक अशा गोष्टी करता ज्या दुर्घटनास्वरूप असतात आणि ज्यामुळे भविष्यात अजून प्रश्न निर्माण होऊ शकतील. तुम्ही गोष्टी अर्धवट सोडून देता. ज्यामुळे आपण सतत व्यस्त राहू असे तुम्हाला वाटते किंवा जरूरीपेक्षा अधिक जबाबदारी स्वतःच्या अंगावर घेता आणि त्यामुळे आपण कामात गर्क आहोत या भावनेने सुखावता.

शेवटचा मुद्दा असा आहे की, ही जी सतत व्यग्र असण्याची मनोवृत्ती असते ती तुमच्या शारीरिक आणि मानसिक आरोग्यासाठी अंतिमतः विघातक ठरते. तुमच्या झोपेवर त्याचा परिणाम होतो. जगण्याच्या या प्रकारामुळे माणसाला जे काही आजार होऊ शकतात त्यांना तुम्ही एक प्रकारे आमंत्रण देता. तुमची प्रतिकारशक्ती हळूहळू कमकुवत होऊ शकते.

माझ्या मते ही सतत व्यग्र असण्याची प्रवृत्ती थांबविण्यासाठी मुळात आपली मनोवृत्ती व्यग्रताग्रस्त आहे का, हे आधी तुम्ही शोधून काढा. तुम्ही सतत कुठल्या तरी कामात गर्क असता का? कुठलाही बदल घडवून आणण्यासाठीची पहिली पायरी असते ती म्हणजे त्याबद्दल माहिती मिळवणे आणि त्या परिस्थितीचा स्वीकार करणे.

दुसऱ्या पायरीवर तुम्ही तुमच्या आयुष्यातल्या अनेक निरर्थक, परंतु वेळखाऊ गोष्टींना शोधून त्यांचा त्याग करा. अशा काही गोष्टी किंवा सवयी

ज्या तुम्हाला सतत व्यग्र ठेवतात. परंतु तुमच्या आयुष्याला सुधारण्याच्या दृष्टीने त्यांचा काहीही उपयोग नसतो. त्यांना तुम्ही थांबवलेच पाहिजे. अत्यंत निर्ममपणे तुम्ही त्यांना स्वतःच्या आयुष्यातून वजा करून टाका. आयुष्याच्या कुठल्यातरी एका टप्प्यावर कदाचित या गोष्टींनी तुम्हाला स्वतःबद्दल काही सन्मान, आत्मभिमान किंवा व्यग्रता दिली असेल आणि कदाचित ते तेव्हा महत्त्वाचे वाटले असतील, पण लक्षात ठेवा, आज तुम्हाला हे केलेच पाहिजे.

ही कामे एखाद्या दलदलीसारखी असतात. तुम्ही त्यात रुतत जाता आणि मग ही दलदल तुम्हाला गिळून टाकते. त्यात स्वतःला अडकवून घेऊ नका. या निरर्थक व्यग्रतेपासून स्वतःला दूर ठेवा आणि ज्या कामातून काहीतरी चांगले निष्पन्न होऊ शकणार आहे, अशा कार्यावर लक्ष केंद्रित करा.

तुमची ही अतिशय सोपी आणि चांगली सवय सुरू करण्याची पहिली पायरी आहे : कुठल्या गोष्टी तुम्हाला अडकवून ठेवत आहेत त्या शोधून काढा. दुसऱ्या टप्प्यावर या सर्व सवयींचा किंवा कामांचा पूर्णपणे त्याग करा. या कामांशी तुमचा आत्मसन्मान जोडून घेऊ नका. उलट स्वतःला असे प्रश्न विचारायला सुरुवात करा : ही व्यग्रता निरर्थक आहे की सार्थक? यातून काही चांगले निष्पन्न होणार आहे की नाही? मग तुमच्या हे लक्षात येईल की, यांतल्या बहुतेक गोष्टी या संपूर्णपणे निरुत्पादक आहेत.

तुमच्या आयुष्याला स्वातंत्र्य आणि शांतता पुन्हा परत मिळवून द्या.

सराव

तुमच्या दैनंदिन जगण्यातल्या अशा पाच सवयी शोधून काढा, ज्या तुमच्या दिवसातला जास्तीत जास्त वेळ घेतात.

....

....

....

....

....

आता त्यांची छाननी करा आणि हे शोधून काढा की, यातली कोणती कामे तुमचे आयुष्य सुधारणे, त्याची गुणवत्ता वाढवणे किंवा तुमची उत्पन्न वाढवण्याचे काम करत नाहीत. मग तुमच्या यादीतून या सवयी संपूर्णपणे खोडून टाका आणि एक नवीन यादी तयार करा.

....

....

....

....

....

यानंतर तुमच्या कामातील (मोठ्या किंवा छोट्या) अशा सवयी शोधून काढा, ज्या तुम्हाला सतत व्यस्त ठेवतात.

....

....

....

....

....

आता स्वतःला असा प्रश्न विचारा की, यातली कुठली कामे निरर्थक आहेत आणि कुठली सार्थ किंवा काही साध्य करणारी आहेत.

मग यातून ती निरर्थक व्यस्त असणारी कामे खोडून टाका. आता नवीन यादी पुन्हा एकदा लिहून काढा.

....

....

....

....

....

या यादीत नसलेले कुठलेही काम करण्यात तुम्ही वेळ वाया घालवणार नाही याची काळजी घ्या. स्वतःचा वेळ तुम्ही कुठे खर्च करता आहात याबद्दल सतत दक्ष असा.

तुमचा वेळ आणि पर्यायाने तुमच्या आयुष्यातील स्वातंत्र्य यावर ताबा मिळवा.

प्रथम असा किंवा शेवटचे

जगातील नोंद झालेली चेंगराचेंगरीची घटना इसवी सन ६६ साली आहे. १९६६ साली नाही, तर ६६ साली. काही ज्यू तीर्थयात्री वाटेने जात असताना एका रोमन सैनिकाला खोडसाळपणा करावासा वाटला. पासओव्हरच्या दिवशी तीर्थयात्री देवळाकडे जात असताना त्या रोमन सैनिकाने स्वतःचा पार्श्वभाग यात्रेकरूंना उघडा करून दाखवला आणि त्यांच्याकडे पज्ञहात असभ्य, अश्लील शब्द उच्चारले. त्याच्या या घाणेरड्या शब्दांनी ज्यूईश तरुणांना राग आला आणि त्यांनी रस्त्यातील दगड उचलून त्याच्यावर भिरकावले.

रोमनांनी सैनिकांची जादाची कुमक मागवली आणि याच्यामुळे ज्यू यात्रेकरूमध्ये घबराट निर्माण झाली. भीतीपोटी ते इकडेतिकडे सैरावैरा पळू लागले. यामुळे चेंगराचेंगरीची स्थिती निर्माण झाली. ज्यात जवळपास दहा हजार ज्यूंना स्वतःचा जीव गमवावा लागला. ते एकमेकांच्या पायाखाली तुडवून मारले गेले. इतिहासातील सगळ्यात भयंकर गर्दीतील चेंगराचेंगरीमुळे होणारा अपघात हा निव्वळ मूर्ख सैनिकांमुळे घडला, यावर विश्वास ठेवणे कठीण जाते.

यात अजून एक दुःखदायक सांख्यिकी आकडेवारी (Statistical) असे दर्शवते की, गर्दीतील चेंगराचेंगरीच्या घटनांमुळे होणाऱ्या अपघातात भारताचा क्रमांक पहिला आहे. याचे मूळ कारण आपली अधिक लोकसंख्या हे जरी असले तरी त्याला अजून एक गोष्ट पूरक ठरते. ती म्हणजे कळप मनोवृत्ती.

चेंगराचेंगरी ही सर्वसाधारणपणे कळपाने वावरणाऱ्या जनावरांत आढळणारी घटना आहे. जेव्हा त्यांच्यातला एक धावू लागतो, तेव्हा सगळेच

एकाच वेळी पळायला सुरुवात करतात. सिंह किंवा वाघांमध्ये कधीही असे घडल्याचे दिसून येणार नाही. याचे कारण असे की, जरी ते समूहाने शिकार करत असले तरीही ते कधीही कळप मनोवृत्तीने वागत नाहीत.

कळप मनोवृत्ती किंवा पद्धतीमध्ये संख्याबळ ही गोष्ट पायाभूत असते. कळपात जितके अधिक प्राणी आहेत, तितका तो कळप सुरक्षित असतो. याचे कारण त्यांच्याकडे पाहायला अधिक डोळे असतात. शिकाऱ्याची चाहूल घ्यायला अधिक कण असतात आणि त्या संकटाचा गंध घ्यायला अधिक नाके असतात. याशिवाय दुसरा मुद्दा असा की, तुम्ही जर कळपाच्या मध्यभागी असाल तर शिकारीसाठी चालून येणाऱ्या वाघाच्या तावडीत तुम्ही सापडण्याची शक्यता अत्यंत कमी असते.

जगण्याच्या प्रवाहात कुठेतरी मनुष्यानेसुद्धा हळूहळू कळपातील जनावराप्रमाणे विचार करायला सुरुवात केली. अधिक संख्या म्हणजे सुरक्षा असे आपल्याला वाटू लागले. इतर लोक जे करतात तसेच आपण वागू-बोलू लागलो. यामुळे आपण सुरक्षित आहोत, अशी एक फसवी भावना मनात निर्माण झाली.

परंतु कळपातील जनावर आणि सामाजिक प्राणी यांमध्ये एक खूप मोठा फरक आहे. माणसे सामाजिक प्राणी असतात. आपल्याला परस्पर संवाद साधायचा असतो, साधण्याची गरज असते. आपण सगळे एकमेकांसारखे असत नाही जिथे आपण कमी पडतो, तिथे आपल्याला दुसऱ्यांची मदत घ्यावी लागते. तसेच त्यांना जिथे गरज आहे, त्या ठिकाणी आपले साहाय्य देणे हेसुद्धा अपेक्षित असते. सामाजिक प्राण्यांना सुयोग्य आणि तार्किक विचार समजतो, मान्य असतो. परस्परसंवाद आणि परस्परांना साहाय्य करून कुठल्याही अडचणीवर मात करण्यासाठी अशा प्रकारच्या विचारांची गरज असते, हे आपल्याला मान्य असते. आपण कळपात राहणारे प्राणी नाही.

कळपसदृश समूहात जगण्याची मुख्य अडचण अशी आहे की, तुम्ही स्वतंत्र विचार करू शकत नाही. तिथे वेगळ्या विचारांना जागा असत नाही. स्वतःच्या भविष्यावर आपला ताबा राहत नाही. थोडक्यात, आपण स्वतःची निर्णयक्षमता दुसऱ्यांच्या हाती सोपवतो. ते जे करतात तेच आपण करतो. आपण आंधळेपणाने त्यांचा पाठपुरावा करतो. कारण शेवटी हाच तर कळपाचा मुख्य नियम आहे.

तुम्हाला जर या कळप मनोवृत्तीचा पुरावा हवा असेल, तर तुम्ही ऑनलाइन जाऊन कड्यावरून उड्या मारणाऱ्या मेंढ्यांच्या कळपांचा शोध घ्या. त्यांच्यामध्ये आश्चर्यकारकरीत्या ही गोष्ट समान असते. एका चित्रफितीत तर असे दिसून येते की, एक धनगर त्याच्या कळपातील एका मेंढीने कड्यावरून उडी घेताच तिच्या मागोमाग दुसरीने उडी घेताना भीतीने बघत आहे.

ते दृश्य पाहताना दुःख वाटते, कारण ही घटना कळप मनोवृत्तीच्या भयंकर मुद्द्याकडे नेमकेपणाने अधोरेखित करते. कधी कधी आपल्या स्वतःच्या लक्षातदेखील येत नाही की, स्वतःच्याही नकळत आपणसुद्धा अशाच मनोवृत्तीचा भाग होत आहोत आणि विचार न करता कृती करत आहोत.

तुम्हाला याचा पुरावा हवा आहे? आठवा, तुम्ही जेव्हा विमानात चढण्यासाठी रांगेत उभे राहता, त्या वेळेला रांगेत जाण्यासाठी अनावश्यक धावपळ करता जेव्हा की तुम्हाला हे निश्चितपणे ठाऊक असते समोर उभे असलेले विमान तुम्हाला घेतल्याशिवाय नक्की उडणार नाहीये. विमानात चढून आत बसण्यासाठी एक विवक्षित नियमावली असते हे आपल्याला ठाऊक असते आणि तरीही स्वतःच्या नकळत आपण ही धावपळ करतो.

मी माझ्या कंपनीत नव्याने काम सुरू केले, त्या वेळेला मला बराच प्रवास करावा लागत असे. आठवड्यातून किमान चार वेळेला मला विमान प्रवास करावा लागे. त्या वेळेला पहिल्यांदा माझ्या हे लक्षात आले की, इथले प्रवासी किती विचित्रपणे वागत आहेत आणि कळप मनोवृत्ती व्यतिरिक्त याचे दुसरे कुठलेही समजून घेण्यासारखे कारण दिसून येत नव्हते. त्याच वेळेला मी स्वतःला एक सवय लावून घेतली, जी मला तुम्हाला सांगायची आहे.

मी असे ठरवून टाकले की, अशा प्रसंगात एक तर मी सगळ्यात पहिला असेल किंवा सगळ्यात शेवटची व्यक्ती असेल. पण मी कधीही मध्यावर किंवा मध्यभागात असणार नाही. याचा अर्थ असा आहे की, मी रांगेतला पहिला प्रवासी असेल किंवा विमानात चढणारी शेवटची व्यक्ती असेल. कुठल्याही स्पर्धेत मी एकतर पहिला येईल किंवा शेवटचा येईल. तुम्हाला विचारांची दिशा समजते आहे ना?

उदाहरणार्थ, मी पहिला सवयींचा प्रशिक्षक आहे. मी जेव्हा सुरुवात केली, त्या वेळेला सवयींचे प्रशिक्षण नावाची कुठलीही गोष्ट अस्तित्वात नव्हती. मी हा प्रकार स्वतः निर्माण केला. तुम्ही जेव्हा प्रथम असता त्या वेळेला तुम्हाला निर्णय घेण्याची एक वेगळी ताकद मिळते. तुम्हाला निवड करून नेता होण्याचे स्वातंत्र्य आणि शक्ती मिळते.

तुम्ही कदाचित ह्याची कल्पना करू शकणार नाही; पण सगळ्यात शेवटचा येण्यामध्येसुद्धा एक विवक्षित प्रकारचा फायदा आहे. तुमच्या आधीच्या सर्व व्यक्तींच्या चुकांतून शिकण्याची तुम्हाला संधी मिळते. उदाहरणार्थ, मी ट्रेकवर गेलो जिथे आम्हाला नदी ओलांडायची होती. त्या वेळेला मी ठरवले आपण सगळ्यात शेवटी जायचे. आपल्या आधी जाणारी प्रत्येक व्यक्ती तिचे पाऊल कुठे ठेवते आहे, हे बघण्यासाठी आपण थांबायचे. म्हणून मी सगळ्यात मागे उभा राहिलो. रांग संपता संपता मला हे नक्की कळले की, कुठल्या दगडावर पाय ठेवला तर तो खचेल आणि कुठल्या दगडावर पाय ठेवला तर पाय घसरू शकेल.

सगळ्यात प्रथम येणे हे अर्थात्‌च विशेष आहे. तुम्हाला नियम तयार करण्याची संधी मिळते. सगळ्यात शेवटी असण्याचा निर्णय जेव्हा तुम्ही समजून उमजून घेता तोही चांगलाच असतो, कारण तिथे तुम्ही इतरांच्या चुकांतून शिकता. तुम्ही जेव्हा मध्यावर असता त्या वेळेला तुम्ही फक्त कळपाचा किंवा समूहाचा एक भाग असता आणि यात काहीच प्रेरणादायक नसते. तुमच्याकडे आधीच काही क्षमता असताना या संधीचा त्याग का करायचा?

तुमच्या ह्या सोप्या सवयीची सुरुवात करण्यासाठी तुम्ही आधी कळपाच्या मनोवृत्तीतून बाहेर पडा. सगळेजण एकच गोष्ट करत असतील तर थांबा आणि प्रश्न विचारा. कुठल्याही परिस्थितीत सगळ्यात प्रथम किंवा सगळ्यात शेवटी असण्याचा निर्णय जाणीवपूर्वक घ्या. मध्ये असलेल्या व्यक्तींना कोणीही लक्षात ठेवत नाही. बहुतेक सगळेजण आपल्यापुढे असलेल्या व्यक्तीच्या मागोमाग जात राहतात. त्यांच्या हातून विशेष किंवा खास असे काहीच घडत नाही. तुम्हाला जर एक छान आयुष्य हवे असेल तर तुम्हाला या कळपातून स्वतःला बाहेर काढले पाहिजे.

मध्यावर अडकून काहीही साध्य होत नसते.

सराव

या प्रयोगाचा उद्देश तुमच्या मनाला कळप मनोवृत्तीतून बाहेर काढणे हा आहे. त्यामुळे तुम्हाला जेव्हा एखादी नवीन कल्पना सुचेल किंवा एखादा नवीन प्रयोग करून पाहायचा असेल त्या वेळेला हा प्रयत्न करून पाहा. खालील प्रश्नांची उत्तरे लिहून काढा.

हे तुमच्यातील गुणांना व्यक्त करण्याच्या दृष्टीने काही खास किंवा वेगळे आहे का? असेल, तर कसे?

....

....

....

....

....

तुमचा यावर संपूर्ण विश्वास आहे का? असला, तर का? नसला, तर का नाही?

....

....

....

....

....

यशाच्या मार्गात काही अपयशांना सामोरे जाण्याची तुमची तयारी आहे का?

....

....

....

....

....

तुमच्या विचारप्रणालीला खणून काढणे, हा या प्रश्नावलीचा उद्देश आहे. तुमच्या मनाला सुरक्षित असण्यापासून दूर नेण्याची सवय लागायला हवी. सुरक्षितता हा सगळ्यात सोपा पर्याय असतो आणि त्यामुळेच त्याला काही खास गुणवत्ता नसते.

पुढे तुम्हाला जेव्हा एखाद्या सामूहिक प्रयोगात सहभागी व्हावे लागणार असेल त्या वेळेला पुढील प्रश्न विचारा आणि स्वतःची जागा निर्णयपूर्वक ठरवा.

तुम्हाला प्रथम स्थानी राहून त्या ठिकाणी येणारी संकटे आणि बक्षिसे हवी आहेत का?

....

....

....

....

की सगळ्यात मागे राहून, इतरांना कृती करताना पाहून त्यातून काही शिकून त्यानंतरच तुम्हाला स्वतःचे पाऊल पुढे टाकायचे आहे?

....

....

....

....

हे लक्षात घ्या की, मी कधीही मध्यभागाचा उल्लेख सुद्धा केलेला नाही. कारण इथून पुढे कुठल्याही सामूहिक कार्यामध्ये तुम्हाला नेहमीच सर्वप्रथम किंवा सर्वात शेवटी असणे, हे त्या त्या वेळची परिस्थिती पाहून विचारपूर्वक ठरवायचे आहे. सुरक्षित असणे या पर्यायापासून तुम्ही लांब राहणार आहात.

कारण मध्यावर असणे म्हणजे कुणीच नसणे. त्यामुळे ती जागा कळपासाठी सोडून द्या आणि आपल्या मार्गावर पुढे चला.

नक्कल करणे

संधिवातामुळे छायाप्रतीच्या यंत्राचा शोध लागला, यावर आपण विश्वास ठेवू का? गोंधळात पडलात ना? मला तुम्हाला थोडीशी माहिती सांगू द्या. चेस्टर कार्लसन नावाचा एक भौतिकशास्त्रज्ञ, संशोधक आणि एकस्व अधिकारांचा वकील होता. त्याने १९३८ साली छायाप्रती तयार करण्याचे शास्त्र म्हणजेच झेरोग्राफीचा शोध लावला. त्याच वेळेला त्याला दुर्धर संधिवात झाला होता.

संधिवातामुळे सगळ्या गोष्टी हाताने पुन्हा पुन्हा लिहून काढणे कार्लसनला शक्य नव्हते. त्याला एकाच वेळेला अनेक प्रती सहजपणे तयार करण्यासाठी काहीतरी उपाय हवा होता. त्याने १९४२ साली स्वतःच्या छायाप्रती तयार करण्याच्या शोधाचे स्वामित्व हक्क मिळवले. सुरुवातीला याला इलेक्ट्रोफोटोग्राफी म्हणत असत.

आपण अर्थात्च या संपूर्ण प्रक्रियेला झेरॉक्स असे म्हणतो. झेरॉक्स या कंपनीने पहिल्यांदा या यंत्रांचा शोध लावला आणि विक्री करायला सुरुवात केली. पहिले यंत्र हे अतिशय मोठे आणि जवळजवळ अर्ध्या खोलीच्या आकाराचे होते. इतकेच नव्हे तर तुम्ही एकापाठोपाठ एक अनेक प्रती काढल्या तर त्यांना आग लागण्याचीसुद्धा शक्यता होती. मग यावर उपाय म्हणून पहिल्या झेरॉक्स मशिनच्या सोबत एक आग विझवणारे यंत्रसुद्धा दिले जात असे.

जेव्हापासून हे फोटोमेकिंगचे यंत्र तयार केले गेले, तेव्हापासून गंमत म्हणून लोक आपला चेहरा, हात, पार्श्वभाग यांचीसुद्धा छायाप्रत काढून घेऊ लागले. अगदी नेमके सांगायचे तर छायाप्रतीचे यंत्र दुरुस्ती करण्यासाठी

येणाऱ्या तक्रारीतल्या २०% तक्रारी, 'माणसे या काचांवर बसली आणि त्यामुळे काच फुटली' अशा असायच्या. हा त्या वेळेला नवीनच मजेचा प्रकार सुरू झाला होता!

यातूनच मला जी मूळ गोष्ट सांगायची आहे त्याकडे वळूया. गेल्या काही वर्षांत मला असे लक्षात आले आहे की, समाजात एक विचित्र पद्धत रूढ होत आहे. कुणीही एखादी गोष्ट नवीन म्हणून सुरू केली की, ताबडतोबच आपण सगळेजण त्याची नक्कल करण्याचा प्रयत्न करतो आणि विचार न करता या फॅशनचा पाठपुरावा करतो.

अर्थात् ही काही संपूर्णपणे नवी अपूर्व अशी घटना नाही. इंटरनेट आणि समाज माध्यमांनी आपल्या आयुष्याचा ताबा घेण्याच्या आधी कपड्यांच्या वेगवेगळ्या फॅशन्स येण्याची पद्धत होती. माझे पालक कॉलेजमध्ये असताना बेल बॉटमची फॅशन होती, नंतर पुन्हा एकदा मी कॉलेजमध्ये आलो, तेव्हाही तीच फॅशन आली. तसेच चमकदार रंगीत भडक कपड्यांची फॅशन आली. आजकाल हाय वेस्ट किंवा बॅगी जीन्सची फॅशन आहे. सगळे जण कसे एकसारखे दिसतात हे तुमच्या लक्षात आले आहे ना?

आपण जेव्हा एखाद्या फॅशनचा किंवा पद्धतीचा पाठपुरावा करत असतो त्या वेळेला मूलतः आपण एखाद्या गोष्टीची नक्कल करत असतो. कुणीतरी शोधून काढलेल्या किंवा निर्माण केलेल्या गोष्टीचा आपण आंधळेपणाने पाठपुरावा करत असतो. तो एखाद्या व्यक्तीचा मूळ विचार असतो आणि त्याच्या संमतीनेच इतर सगळे जण त्याचे अनुसरण किंवा अनुकरण करत असतात.

समाज माध्यमावर देखील इतरांच्या कल्पनेचे नक्कल करण्याचे दोन मोठे प्रकार आहेत. एक, शब्दशः दुसऱ्याचे ज्ञान जरोच्या तसे नक्लून काढायचे आणि स्वतःचे म्हणून छापून द्यायचे. कुठल्याही मूळ गोष्टींमध्ये थोडेफार वरचे बदल करून स्वतःचे म्हणून त्यावर हक्क दाखवणे हे अतिशय सोपे काम आहे. एखाद्या व्यक्तीला कित्येक महिने किंवा काही काही वेळेला स्वतःचे आयुष्य घालवल्यानंतर एखादी नवीन कल्पना सुचत असते आणि इतर कुणीतरी फक्त तीन मिनिटांत त्याची नक्कल करत असते.

या सगळ्याच्या मागचा तात्त्विक किंवा नैतिक विचार आपण काही काळाकरता बाजूला ठेवू, कारण नैतिकता ही व्यक्तिगत असते.

या सगळ्या नक्कल करण्यामध्ये आपण स्वतःवर जो अन्याय करत असतो त्याकडे मला तुमचे लक्ष वेधून द्यायचे आहे. मला असे आठवतेय की, जेव्हा मी शाळेतला विद्यार्थी होतो, त्या वेळेला माझा मित्र फरशीदकडून मी नोट्स घ्यायचो आणि त्यांच्या फोटोकॉपी काढून घ्यायचो. तो वर्गात बसून खूप कष्टाने सगळे लिहून काढायचा. घरी जाऊन, पुस्तके वाचून, त्यावरून नोट्स तयार करायचा आणि मी फक्त आंधळेपणाने त्यांच्या नकला करून घ्यायचो. कॉलेजमध्ये पूर्णा आणि एमबीएमला माझा मित्र कमलेश, या दोघांकडून मी सतत नोट्स घ्यायचो. ते कायम कष्ट करायचे, मी फक्त नक्कल करायचो. परिणामस्वरूप ते कायम पहिल्या दहात होते आणि मी कायम शेवटच्या दहामध्ये.

ते दिलेल्या विषयांवर नोट्स तयार करताना संपूर्ण विषय समजून घेत होते आणि मी फक्त त्यांची नक्कल करत होतो. त्यामुळे मी कधीही चांगला विद्यार्थी झालोच नाही. मी ज्या गोष्टींच्या नकला करत होतो, त्यामध्ये माझी काहीही प्रगती झालीच नाही. शेवटी कुठलीही गोष्ट करताना तुम्ही जे प्रयत्न करता, कष्ट घेता त्याचे तुम्हाला फळ मिळत असते.

आजकाल कित्येक व्यक्ती नेटवर फुकटचे सल्ले देत असतात– समतोल आहार, व्यायाम, अर्थविषयक किंवा व्यवसायविषयक सल्ले. यातल्या बहुतेकांनी त्या विषयांचा पूर्ण अभ्यास केलेला नसतो किंवा इतरांनी केलेले अभ्यास, निबंध त्यांनी धड वाचलेलेसुद्धा नसतात. ज्या व्यक्ती हे सल्ले डोळे मिटून स्वीकारतात, फक्त त्यांच्यासाठीच हे घातक नाही, तर ज्या व्यक्ती हे असे दुसरीकडून ज्ञान उचलून घेऊन, नकलून, पोपटासारखे बोलत असतात त्यांच्यासाठीसुद्धा हे सुयोग्य नाहीच.

याचप्रमाणे इन्स्टावर रिल तयार करण्याचा जो प्रघात पडला आहे तोसुद्धा मला खूप त्रासदायक वाटतो. कुठलीतरी एखादी व्यक्ती स्वतःच्या आवाजात, स्वतःच्या निवडीचे संगीत किंवा नृत्य किंवा इतर काही घेऊन कलाकृती तयार करीत असते. मग दुसरे कुणी त्याची आंधळेपणाने नक्कल करते. अर्थात् ते करत असताना स्वतःचा म्हणून त्यात काही वेगळा बदल करून टाकतात. पण, अर्थातच ह्यात तुमचे मूळ असे काही असतच नाही.

जेव्हा आपण आंधळेपणाने कुठल्याही नवीन फॅशनचा पाठपुरावा करत असतो त्याच वेळेला आपण स्वतःच्या अभिव्यक्ती कलेला दाबून टाकत

असतो. आपण कळपाचा भाग होतो आणि स्वतःची निर्मितीक्षमता हरवून बसतो. तुमच्या हे लक्षात आले असेल की, जी माणसे ऑनलाईन प्रसिद्ध झालेली आहेत ती दर वेळेला स्वतःचे नवीन असे काहीतरी तयार करत असतात. या उलट आजकाल जे रिल्स आपल्याला दिसतात हे निव्वळ नक्कल करायला शिकवतात.

म्हणून तुमची नवीन साधी सवय सुरू करताना प्रथमतः तुम्ही नक्कल करणे आणि एखाद्या गोष्टीपासून प्रोत्साहित होणे, यातला फरक समजून घेणे अतिशय आवश्यक आहे. प्रोत्साहन म्हणजे तुम्ही एखादी मूळ गोष्ट पाहता आणि त्यावरून प्रेरणा घेऊन तुम्ही स्वतःची नवीन, आश्चर्यकारक कलाकृती बनवता. नक्कल करणे म्हणजे ९०% मूळ कलाकृतीमध्ये उगाच स्वतःचा काहीतरी बदल करून नवीन घडवण्याचा केविलवाणा प्रकार आहे.

तुम्ही जे काही करता आहात ते करताना स्वतःला प्रश्न विचारण्याची सवय लावून घ्या. मी जे करतोय ते प्रेरणा घेऊन केले आहे की, फक्त नक्कल आहे?

तुमच्या सवयीचा प्रशिक्षक म्हणून मला तुम्हाला याची जाणीव करून द्यायची आहे की, हे जग स्वप्न पाहणाऱ्यांचे आहे. स्वतः विचार करून नवीन काहीतरी निर्माण करणाऱ्यांचे आहे. एखादा नकलाकार होण्याऐवजी स्वतः कष्ट करून नवीन काही निर्माण करता येतेय का, याकडे लक्ष द्या. तुम्ही स्वतः एक नवीन कलाकृती बना आणि नवीन कलाकृती बनवा.

सराव

पुढच्या वेळी तुम्हाला एखादी नवीन कल्पना सुचेल त्या वेळेला ती प्रत्यक्षात आणण्याआधी स्वतःला हे प्रश्न विचारा.

तुमची कल्पना मूळ आहे का?

....

....

....

....

....

जर नसली तर ती कुणाकडून प्रेरणा घेऊन तयार केली आहे किंवा निव्वळ नक्कल आहे?

....

....

....

....

....

तुम्ही एखाद्या फॅशनचा भाग म्हणून हे करता आहात का?

....

....

....

तुमची कल्पना एखाद्या कळपाचा विचार आहे का? आणि तसे असल्यास तुम्हाला स्वतःला यातले नेमके काय महत्त्वाचे वाटतेय?

....

....

....

....

....

त्या कल्पनेचा मूळ गाभा घेऊन, त्यावर कष्ट करून, स्वतःची अशी काही नवीन कल्पना त्यात मिसळून तुम्ही कशा प्रकारे एखादी नवीन कलाकृती निर्माण करू शकाल जी संपूर्णपणे तुमची स्वतःची असेल?

....

....

....

....

....

ज्या ज्या वेळेला तुम्हाला एखादी नवीन कल्पना सुचेल, त्या त्या वेळेला हा संपूर्ण सराव पुन्हा पुन्हा करून पाहा आणि मग तुमच्या लक्षात येईल की, तुमची स्वतःची कल्पनाशक्ती कार्यरत झाली आहे. मग तुम्हाला समजेल की कल्पक नवनिर्मिती कधीच शिळी होत नसते.

जर तर

रस्त्याने चालता-चालता खाण्याची भारतीयांना किंवा अमेरिकनांना सवयच असते किंवा एका अर्थाने असे म्हणता येईल की, फास्ट फूड खाऊन जगणे ही एक संपूर्ण उपसंस्कृती आहे. ते आमच्या व्यग्र आयुष्याचे लक्षण आहे. आम्ही असे समजतो की, अन्नग्रहण करणे ही फक्त घाईघाईने उरकण्याची एक बाब आहे. कुठल्यातरी मीटिंगला जाताना पटकन एखादा रोल किंवा सँडविच खाऊन घेतले की, उदरभरणाचे काम पूर्ण झाले.

पण जेव्हा मी जपानला गेलो, तेव्हा मी असे पाहिले की, रस्त्यावरती विक्री करणाऱ्या एखाद्या माणसाकडून तुम्ही कुठलाही अन्नपदार्थ घेतला तर तिथेच उभे राहून तो पूर्ण संपवल्यानंतरच तुम्ही पुढे जाऊ शकता. जपानमध्ये तुम्ही रस्त्याने चालता-चालता खात असाल तर ते उद्धटपणाचे लक्षण मानले जाते. क्वचितच एखादी व्यक्ती रस्त्यावर असे करताना तुम्हाला दिसून येते. हं, तुम्ही जर फक्त ओसाका इथल्या पर्यटकांसाठी असलेल्या खाऊगल्लीत काही खात असाल तरच फक्त ते क्षम्य आहे.

इटलीमध्येसुद्धा असेच आहे. रस्त्याने चालत चालत खाणे हे उद्धटपणाचे लक्षण मानले जाते. अन्न तयार करण्यासाठी जे श्रम घेतले आहेत, त्या श्रमांप्रती तुम्ही दाखवलेला हा अनादर आहे, असे मानले जाते. अगदी त्या पदार्थासाठी वापरलेल्या घटकांप्रतीसुद्धा तुम्ही अनादर दाखवता आहात असा त्याचा अर्थ होतो. असा विचार करून पाहा. तुम्ही जर खाल्ल्यानंतर लगेच जिथे कुठे जावे लागणार आहे त्या चिंतेत मग्न असाल तर त्या पदार्थाचा आस्वाद घेऊ शकणार नाही.

इटालियन आणि जपानी लोकांना आपल्या अन्नपदार्थांबद्दल अतिशय अभिमान वाटतो. म्हणूनच जगात हे दोन देश त्यांच्या वेगळ्याच आणि अप्रतिम चवीच्या पदार्थांसाठी प्रसिद्ध आहेत. याच मुद्द्यावर मी नुकतीच घडलेली एक घटनाही तुम्हाला सांगू इच्छितो. मी माझा मित्र समीर शेट्टीच्या घरी दुपारच्या जेवणासाठी गेलो होतो. तो आणि त्याची पत्नी आदिती हे दोघेही अतिशय उत्कृष्ट स्वयंपाक करतात. लोकांना घरी बोलावून, नवनवीन पदार्थ तयार करून खाऊ घालणे त्यांना फार आवडते.

त्यादिवशी आदितीने जेवणानंतर खाण्यासाठी गोड म्हणून पॅना कोटा नावाचा पदार्थ तयार केला होता. हा एक इटालियन पदार्थ आहे. त्याचा अर्थ आहे शिजवलेले क्रीम. यात जिलेटिन आणि क्रीम हे अतिशय मुलायम पोत येईल अशा रीतीनें शिजवतात. हा माझा फार आवडीचा पदार्थ आहे आणि मी तो खाण्याची वाट बघत असतो.

त्या दिवशी जेव्हा आदिती पॅना कोटा घेऊन बाहेर आली, तेव्हा तिने सांगितले की, या वेळी तिने नारळाचे दूध घालून त्यावर कॅरॅमल आणि फिश सॉस घातला आहे. हो, तुम्ही नीटच वाचताय, माशांचा सॉस!

मी जेव्हा हे ऐकले, तेव्हा जवळपास मी माझ्या खुर्चीतून खाली पडायचा शिल्लक राहिलो होतो. मी त्याची चव कशी लागेल याची कल्पनासुद्धा करू शकत नव्हतो. दक्षिण आशियाई स्वयंपाकात वापरल्या जाणाऱ्या माशांच्या सॉसला सर्वाधिक उग्र गंध आणि चव असते आणि हा तर पॅना कोटासारखा नाजूक पदार्थ होता. ते कसे काय एकत्र जुळून येणार होते? भीतीने थरथरत मी अगदी थोड्या प्रमाणात तो कॅरॅमल सॉस घेतला आणि पॅना कोटावर पसरला. मग त्याची चव घेतली आणि खरेच सांगतो आहे, मी तुमची मस्करी करत नाही, मी आजवर खाल्लेल्या अनेक पदार्थांमध्ये ही अतिशय स्वर्गीय चव होती. फारच आगळा आणि उत्तम प्रयोग!

अन्न आणि स्वयंपाक यांची हीच तर खास गमत असते. कुठल्यातरी एका क्षणाला, कुठली तरी कल्पना ही कुणाला तरी नेहमीच अतिशय वेडगळपणाची वाटत असते. ऐकताना कदाचित ते अशक्यच वाटत असेल. जोवर कुणीतरी ते प्रत्यक्षात करत नाही तोवर आणि मग अतिशय विचित्र आणि कल्पनांच्या पल्याडची एखादी गोष्टसुद्धा प्रत्यक्षात आल्यावर उच्च दर्जाची होऊन जाते. फक्त, आधी कुणी तरी पुढाकार घेऊन ते करून पाहण्याची गरज असते.

प्रौढ वयाचे झाल्यावर आपण नावीन्यातले आश्चर्य गमावून बसलेलो असतो, आपण कुठल्याही कल्पनेचे फार पटकन लेखापरीक्षण करून टाकतो, प्रत्यक्षात ती गोष्ट करून पाहण्याच्या आधीच निकाली काढून टाकतो. कल्पना करा की, आदितीने जर ही फिश सॉस कॅरॅमल घातलेली पॅना कोटाची कृती पाहिल्याबरोबर हे ठरवून टाकले असते, 'छ्या, हे काही तरी विचित्रच आहे. ही चव चांगली लागणे अशक्यच आहे' तर?

'सर्जनशीलतेची सवय अशाच क्षणांनी भरलेली असते. वर वर पाहता कुठल्याही दोन गोष्टींत कसलेही साम्य नसेल आणि तरीही मनुष्य असा विचार करतो,' असे झाले तर? ह्या असे झाले तर क्षणांतच सर्जनशीलता जन्म घेते.

पहिला टचस्क्रीन फोनसुद्धा याच कारणाने बनला असेल. कारण कुणीतरी हा प्रश्न विचारला असेल, बटण नसलेला फोन असेल तर? स्पायडरमॅनचा जन्मसुद्धा अशाच एका कल्पनेने झाला असेल, समजा एखादा मनुष्य कोळी जे करतो ते सगळे करू शकला तर? तुमच्या आजूबाजूला निर्माण झालेल्या सगळ्याच गोष्टींचा जन्म या एकाच मूळ प्रश्नातून झालेला आहे, 'असे झाले तर?'

तुमच्यातील सर्जनशीलतेला प्रोत्साहन देण्याच्या तुमच्या साध्या सोप्या सवयीची सुरुवात तुम्ही हा प्रश्न विचारून करा, 'असे झाले तर?'

दोन अशा गोष्टी ज्या एकमेकांबरोबर अजिबात जुळत नाहीत, त्यांच्याबद्दल कल्पना करा आणि विचारा, 'असे झाले तर?' जसे की, मगरी शाकाहारी झाल्या तर? गाड्या बोलू लागल्या तर?

प्रौढ वयात कल्पनेचे जग हळूहळू मागे सारले जाते आणि आपल्याला आपल्या अवतीभवतीच्या जगाच्या सत्यतेकडे लक्ष केंद्रित करायला सांगितले जाते. जर-तर अशा कल्पनांना वजा करून टाकायला आपल्याला आग्रहाने शिकवले जाते. आपण सगळ्यांनी जर हा सल्ला मनावर घेतला, तर हे जगणे किती कंटाळवाणे होईल. असे जग जिथे आदितीने फिश सॉस घालून तयार केलेल्या त्या कॅरॅमलसोबत आपल्याला पॅना कोटाची चव घ्यायला मिळणारच नाही!

सराव

हा खेळ खेळण्यासाठी तुमचे दोन मित्र, भावंडे किंवा नात्यातल्या एक दोघांना आपल्या सोबत बोलवा. तुमची कल्पनाशक्ती निर्बंधपणे वाहू द्या आणि त्यामुळे गोष्टी अधिकाधिक रंजक होऊ द्या.

पुढचे तीन दिवस तुम्ही प्रत्येकाने दररोज 'जर असे झाले तर?' अशी एक कल्पना मांडायची आहे.

तीन दिवसाअखेर तुमच्याकडे एकूण नऊ वेगवेगळ्या कल्पना एकत्र होतील.

ज्यातून तुम्ही निवड करू शकाल, यातल्या कुठल्याही तीन कल्पना निवडून त्या प्रत्यक्षात आणण्यासाठी तुम्ही पुढचा आठवडाभर प्रयत्न करायचा आहे.

प्रत्येकाची निदान एक तरी कल्पना इतर दोघांनीसुद्धा अमलात आणायची आहे.

कुठलीही कल्पना निवडली तरी तिघांनीही प्रयत्न केलाच पाहिजे.

संपूर्ण तीन दिवसांनंतर अशी कल्पना जी सर्वाधिक विचित्र आहे, पण जिच्यामुळे सगळ्यात अधिक गंमत किंवा मजा मिळाली आहे ती या खेळात जिंकेल!

विद्वत्ता आणि विचार

तुम्हालाही माहिती आहे का की, सगळ्यात जुने आरसे पाण्यापासून बनवले जायचे? कुठलेही एखादे भांडे आतून काळ्या रंगाने रंगवले जायचे. मग त्यात पाणी भरलं की, त्याचं आरशात रूपांतर व्हायचे. तुम्ही जेव्हा तुमचे प्रतिबिंब एखाद्या तळ्यात किंवा सरोवरात पाहता त्या वेळेला जसे दिसते तसेच हे दिसावे अशी एकूण कल्पना. यानंतर जे आरसे आले ते ज्वालामुखीच्या काचसदृश काळ्या दगडाचे बनवले जाऊ लागले. दगड घासून गुळगुळीत करून त्याच्या पृष्ठभागामध्ये प्रतिबिंब पाहिले जाई. त्यानंतरचे आरसे तांब्याच्या थाळ्या वापरून तयार केले गेले. या थाळ्या घासून इतक्या गुळगुळीत केल्या जात की, त्याच्यामध्ये प्रतिबिंब दिसू शके. इजिप्शियन आणि मेसोपोटेमियम काळामध्ये अशा प्रकारचे आरसे बनवले जात.

ज्या संस्कृतीत पहिल्यांदा आरशाचा शोध लागला, तिने माणसांना स्वतःकडे पाहायला शिकवले. त्यांना स्वतःला हवे तसे वस्त्राभूषण परिधान करण्याची सवलत यामुळे मिळाली. त्याआधी हे काम करण्यासाठी दुसऱ्या कोणाची तरी मदत घ्यावी लागे.

जेव्हा आपण स्वतःला इतरांच्या नजरेतून कसे दिसतो तसे बघू शकतो, तेव्हा स्वतःत सुधारणा आणि चांगले बदल करण्याची इच्छा निर्माण होते. इन्स्टाग्रामवर एक सुविचार वाचला. त्या वाचलेल्या सुविचाराचा ॲरिस्टॉटलशी नेमका काय सत्यार्थ जुळतो हे मला ठाऊक नाही. सुविचार असा होता – 'विद्वत्ता ही अनुभव आणि विचार यांना समतोल असते.'

या सुविचाराचा आपण तुकड्या तुकड्यात विचार करू या. विद्वत्ता

ही एक गोष्ट अशी आहे की, जी प्रत्येकाला त्याच्या स्वतःच्या आयुष्यात मिळवायची असते. आपल्याला उत्तम निर्णय घ्यायचे असतात. दुसऱ्याला चांगले सल्ले द्यायचे असतात आणि एक विद्वत्तापूर्ण किंवा शहाणीव असलेले आयुष्य जगायचे असते; परंतु घरातल्या खुर्चीत बसून आणि हिस्ट्री चॅनेल किंवा नेटफ्लिक्सवरील डॉक्युमेंट्री बघून आपण शहाणे होत नसतो. त्याला शहाणपणा म्हणत नाहीत. त्याला विद्वत्ता म्हणत नाहीत. ती फक्त माहिती असते.

आपण अनुभवाने शहाणे होत असतो. त्याचा अर्थ असा आहे की, तुम्ही ज्या खुर्चीवर निवांत बसला आहात त्यावरून उठा, घराबाहेर पडा आणि घराबाहेरच्या विशाल जगाचा प्रत्यक्ष अनुभव घ्या. नवनवीन गोष्टी करून पाहा. नव्या चुका करा. नवे मैत्र जोडा. नवीन ओळखी करून घ्या. त्याचा अर्थ आहे की, स्वतः अनेक साहसे अनुभवा.

याच त्या गोष्टी आहेत ज्या आपल्यातल्या अनेकांना ठाऊक नसतात. आपण आपला रोजचा वेळ नवीन काहीतरी करण्यात व्यतीत करत नाही. आपले आयुष्य हे आखीव आणि ओळखीच्या दैनंदिन कृतींमध्ये व्यतीत होत राहते. पण जर तुम्ही दररोज नवीन काहीतरी करून बघण्याची किंवा प्रयत्न करून पाहण्याची सवय स्वतःला लावली, तर तुम्ही स्वतःचे अनुभवविश्व समृद्ध कराल.

यानंतर करायची गोष्ट म्हणजे परावर्तन, स्वपरावर्तन किंवा प्रतिबिंबित करा म्हणजे काय? आपण हे कसे करायचे आहे? आयुष्यात घडणाऱ्या गोष्टींना किंवा अनुभवांना आपण बहुतेक जण प्रतिक्रिया देतो. नवीन काही करू पाहिले आणि समजा त्यात अपयश आले, तर आपण ताबडतोब त्यावर प्रतिक्रिया देतो. त्या वेळी आपल्या मनात दोन पर्याय येतात. एक तर आपल्याला अपयश आले, कारण आपण ते करायला लायक नाही किंवा आपले कर्तृत्व कमी पडतेय किंवा आपण इतर व्यक्तींना दोष देतो. उत्तेजन आणि प्रतिक्रिया यांच्या साखळीत आपण अडकून जातो. काहीही घडले की, आपण तत्काळ प्रतिक्रिया देतो. विचार करण्यासाठी एक क्षणभरही थांबत नाही.

आजच्या जगात वातावरणात खूप क्रोध साठला आहे. लोक इतक्या पटकन का रागावतात? किंवा सतत रागाने प्रतिक्रिया का देत असतात?

समजा जर एखाद्या हॉटेलमध्ये काही वाईट अनुभव आला, तर मला ट्विटरवर फॉलो करणाऱ्या पंचेचाळीस लोकांना तो तातडीनं सांगायचाच असतो. का बरं?

हे योग्य आहे का? इतक्या तातडीने आणि इतक्या तीव्रपणे प्रतिक्रिया देणं हे शहाणपणाचं आहे का?

इथे स्वतःला प्रतिबिंबित करण्याचा किंवा स्वपरीक्षणाचा दुसरा महत्त्वाचा टप्पा येतो. स्वतःकडे पाहण्याची, स्वतःचे विचार, भावना, कृती यांना पारखण्याची क्षमता म्हणजेच स्वप्रतिबिंबन किंवा स्वपरीक्षण करणे.

आता, आपण बहुतेक सगळे अति विचार करतो किंवा काय घडून गेले आहे किंवा घडणार या विचारांनी पछाडून जात असतो. अर्थात् याचे रूपांतर दुःख किंवा अति चिंतेत होते. याचे महत्त्वाचे कारण हेच आहे की, आपण स्वतःच्या आयुष्याकडे किंवा कृतीकडे पूर्वग्रहदूषित दृष्टिकोनातून पाहात असतो.

स्वपरीक्षणाची गुरुकिल्ली म्हणजे स्वतःकडे पूर्वग्रहदूषित नजरेने न पाहणे आहे. गोष्टी जशा आहेत तशाच त्यांच्याकडे पाहा. त्यांना स्वकल्पनेने वेगवेगळे विचित्र आकार देऊ नका. आपण सगळ्यांनी जत्रेतले विद्रूप आकार दाखवणारे आरसे पाहिले असतीलच, ज्यात आपले प्रतिबिंब उंच, बुटकं जाड, बारीक, वाकडेतिकडे दिसत असते. हेच विकृतीकरण आपण कुठल्याही गोष्टीबाबत विचार करताना किंवा त्याकडे पाहताना करत असतो.

कुठल्याही गोष्टीचा विचार करताना आपण त्याचे विकृतीकरण न करता किंवा पक्षपात न करता पाहायला शिकले पाहिजे. हे आपण सरावाने करू शकतो. आरशाला स्वच्छ करून त्यात आपले जसे आहे तसे प्रतिबिंब दाखवण्याची मनाला सवय लावायला हवी. पण हे करायला वेळ लागतो.

म्हणून तुमची आजची उत्तम आणि सोपी सवय आहे, दररोज शांतपणे बसून आत्मपरीक्षण करण्यासाठी वेळ काढणे. खरे तर यासाठी सकाळी उठल्याबरोबर किंवा रात्री झोपतानाचा काळ सर्वोत्तम आहे. शांत बसा. दिवसभरात घडलेल्या घटना किंवा नुकताच घेतलेला काही अनुभव यावर विचार करा.

त्या प्रसंग किंवा अनुभवाकडे संपूर्ण स्वच्छ मनाने पाहा. कुठलाही

पूर्वग्रह किंवा मान्यता यांनी तुमचे मन गढूळ होऊ देऊ नका. या अनुभवातून तुम्ही काय शिकलात, यावर विचार करा. पुढच्या वेळी तुम्ही तीच गोष्ट वेगळेपणाने कशी करू शकाल यावर विचार करा.

ज्याप्रमाणे आरशाचा शोध लागल्यामुळे माणसाने स्वतःच्या बाह्यरूपात बदल करायला सुरुवात केली, त्याचप्रमाणे आत्मपरीक्षणातून तुम्ही स्वतःच्या मनात बुद्धीत चांगले बदल घडवून आणण्याची सवय लावू शकता

सराव

विद्वत्ता म्हणजे अनुभव आणि आत्मपरीक्षण यांचा समतोल विचार आहे. पुढील सरावातून आपण दोन प्रयोग करू शकतो.

तुमच्या दैनंदिन आणि साप्ताहिक कार्यक्रमाचे निरीक्षण करा. तुमच्या आयुष्यात तुम्हाला शहाणपण आणू शकतील, असे अनुभव तुम्हाला किती वेळा येतात?

येत्या महिन्याभरात तुम्हाला घ्यावेसे वाटतील असे कुठलेही तीन नवे अनुभव किंवा कृती लिहून काढा.

हे लक्षात घ्या की, या प्रत्येक नव्या अनुभवातून तुम्ही काहीतरी शिकणार आहात, तुमच्या व्यक्तिमत्त्वाचा विकास होणार आहे आणि तुम्ही अधिक शहाणे होणार आहात.

....

....

....

....

....

त्या पुढील पायरीवर दर आठवड्याला घडणाऱ्या किंवा येणाऱ्या विविध अनुभवांचा विचार करा.

त्यांच्यावर चांगले किंवा वाईट असे शिक्के मारू नका. शक्य तितक्या नि:पक्षपातीपणाने त्यांच्याकडे पाहा. यातून येणारी निरीक्षणे आणि त्यांचे चांगले सार लिहून काढा. तुमच्या मेंदूला अशा प्रकारे विचार करण्याची, परीक्षण करण्याची सवय लावा.

....

....

....

....

....

एखाद्या शांत जागी बसून तुम्ही दररोज सकाळी किंवा संध्याकाळी स्वतःच्या मनाला दिवसभरात घडलेल्या घटनांवर विचार करण्याची सवय लावू शकता.

आत्मपरीक्षणाची सवय लावून घ्या. तुमच्या मनाला दररोज आरसा दाखवा आणि स्वतःतील शहाणपण संपूर्ण क्षमतेने विकसित करा.

दसपटीनं वाढ करा

आपण 'क्ष' याबद्दल जाणून घेऊ या. तुम्हाला ठाऊक आहे का की, ह्या अक्षराचा मागोवा सन ८२० CE मधल्या (CE म्हणजे कॉमन एरा किंवा AD) बगदाद शहरापर्यंत जातो? अल-जबर ह्या पुरातन गणिती ग्रंथात गणितांच्या नियमांबद्दल लिहिले आहे, यात कुठल्याही अनिर्दिष्ट गणितीय वस्तूंना say म्हणत. याचा इंग्रजी अर्थ things असा होतो. उदाहरणार्थ : एका समीकरणात चार वस्तू वीसच्या बरोबरीने असतील.

त्यानंतरच्या काळात अल-जबरच्या स्पॅनिश भाषेतील अनुवादात say चे स्पेलिंग Xei असे झाले. कालांतराने ते फक्त x इतकेच उरले आणि कुठल्याही अनोळखी गोष्टीचा उल्लेख एक्स/क्ष या एकाच अक्षराने करण्याची जगभर प्रथा पडली. अनोळखी किरणांना आपण 'क्ष' किरण म्हणतो. माल्कम एक्स यांनी आपल्या माहीत नसलेल्या पूर्वजांचे प्रतिनिधित्व करण्यासाठी स्वतःचे आडनावच एक्स (x) करून टाकले!

अर्थात्‌च, जगभरच्या गणित शिकणाऱ्या विद्यार्थ्यांसाठी भयंकर तापदायक ठरलेले x हे प्रकरण कसे अस्तित्वात आले, याचे इतरही अनेक सिद्धांत आहेत. वैयक्तिकरीत्या विचाराल तर या 'क्ष'ची किंमत शोधण्याएवढे भयंकर दुसरे काहीही नाही. ग्रँट कार्डन यांनी मांडलेली एक संकल्पना सांगतो. त्यांच्या ब्रँडचे नाव १०x आहे. यावर त्यांनी एक पुस्तकही लिहिले आहे.

प्रत्येकाचा विचार करण्याचा एक विवक्षित आकृतिबंध असतो, जो मोडून कसा काढायचा हे या संकल्पनेत स्पष्ट केले आहे. कुठल्याही प्रकारच्या प्रगतीची अपेक्षा करताना आपण नेहमी एकरेषीय वाढीचाच विचार

करतो. जिथे आपले आयुष्य कालौघात छोट्या-छोट्या टप्प्याने हळूहळू पुढे जाणार असते.

आपण पगारवाढीची कल्पना करतो किंवा एखादी चांगली कार घेऊ इच्छितो. आपण व्यवसायात किंवा नोकरीमध्ये पदोन्नतीची अपेक्षा करतो. जसे की मॅनेजर झाल्यानंतर सीनियर मॅनेजर होऊ.

आयुष्यात आपल्याला कायमच, याच एकरेषीय पद्धतीने विचार करायला शिकवले गेले असते. अगदी आपली मैत्री किंवा नातेसंबंधसुद्धा अशाच एकरेषीय पद्धतीने पुढे पुढे जातात. त्यामुळे आपल्या आयुष्याच्या प्रगतीला एकच स्थिर गती असते. म्हणून तर तुम्ही हे पुस्तक हाती घेतले आहे. मला खात्री आहे की, तुम्हाला आपल्या आयुष्यात दिवसागणीक अधिकाधिक सुधारणा करायची आहे.

पण हीच प्रगती तुम्हाला अधिक वेगाने करता आली तर? तुम्हाला तुमच्या विचारात बदल करता आला आणि या एकरेषीय प्रगतीऐवजी घातांकांच्या वेगाने तुम्हाला प्रगती करता आली तर? हीच वाढ स्थिर गतीने न होता गुणाकाराने झाली तर?

तुमच्या सवयींचा प्रशिक्षक म्हणून मला तुमचे आयुष्य याहून अधिक भव्य दिव्य, परिपूर्ण आणि सर्वोत्तम असायला हवे आहे, याची सुरुवात तुम्ही तुमची विचार करण्याची पद्धत बदलून करू शकता. तुमची मानसिकता नाटकीय पद्धतीने संपूर्णपणे बदलायला हवी. त्यामुळे स्वतःच्या आयुष्याचे परीक्षण करा आणि स्वतःलाच एक प्रश्न विचारा : जे आहे तेच मी दसपटीने अधिक चांगले कसे करू शकेल?

माझ्या आयुष्याचे आर्थिक स्थैर्य मी दसपटीने अधिक चांगले कसे करू शकतो? माझे सर्व नातेसंबंध, माझी जगण्याची पद्धत, माझ्या दैनंदिन सवयी या दसपटीने अधिक चांगल्या कशा होऊ शकतील? मी जर एका वर्षात तीन पुस्तके वाचत असेल, तर वर्षभरात तीस पुस्तके वाचण्यासाठी मी काय करू शकतो?

तुम्ही जेव्हा स्वतःला हे प्रश्न विचारण्याची सवय लावून घेता त्या वेळेला तुमच्या मानसिकतेमध्ये बदल होण्यास सुरुवात होते. मग तुम्ही आपोआपच एकरेषीय प्रगतीपेक्षा गुणाकाराच्या पटीत वाढ कशी होईल, अशा संधी शोधू लागता.

फक्त ऐहिक प्रगतीवर तुमचे लक्ष केंद्रित करू नका. तुमचे नातेसंबंध, माहिती, प्रवास किंवा तुमच्यासाठी अर्थपूर्ण असू शकतील, अशा अनेक गोष्टींचा या सवयीत अंतर्भाव करा. जगण्याच्या सर्व पैलूंमध्ये असाच घातांकीय, सर्वसमावेशक बदल कसा करता येईल याचा विचार करा.

तुमच्या १०x वाढीसाठी पुढील प्रश्न विचारण्याची सवय लावून घ्या : ही गोष्ट मी दसपटीने कशी वाढवू शकतो? त्यासाठी माझ्या आयुष्यात कोणता बदल घडवून आणण्याची गरज आहे? याची सुरुवात मी कुठून आणि कशी करू? कुठली सवय थांबवण्याची किंवा बदलण्याची गरज आहे?

तुमची दसपटीने होणारी प्रगती पाहण्यासाठी मी खूप उत्सुक आहे!

सराव

आयुष्याच्या ज्या ज्या भागात तुम्हाला गुणोत्तर प्रमाणात वाढ व्हायला हवी आहे ते भाग शोधा.

....

....

....

....

....

यातली ती एक बाब जी आत्ताच्या क्षणी तुमच्या आयुष्यात अत्यंत महत्त्वाची आहे, तिच्याभोवती एक वर्तुळ आखा.

त्यानंतर, यात दसपटीने वाढ किंवा प्रगती झाली, तर तुमचे आयुष्य कसे दिसेल याचे वर्णन लिहा. उदाहरणार्थ, प्रवास. समजा तुम्ही कुटुंबासह एक वार्षिक सहल करत असाल तर यात दसपटीने होणारी प्रगती म्हणजे येत्या वर्षभरात तुम्ही पाच वेगवेगळ्या नव्या देशांना भेट द्याल आणि दर सहा आठवड्यांनंतर एखाद्या जवळपासच्या स्थळाला भेट द्याल.

....

....

....

....

....

हे ध्येय साध्य करण्यासाठी कुठल्या तीन सवयी तुम्ही स्वीकाराल किंवा बदलाल ते लिहून काढा.

....

....

....

....

....

ही यादी दररोज वाचा. लवकरच तुमच्या मनाला ही आश्चर्यकारक प्रगती घडवून आणण्याची जादुई सवय लागेल आणि तुमच्या इच्छा प्रत्यक्षात उतरतील.

तुमचे स्वमूल्य वाढवा

बकिंगहम पॅलेस हे जगातले सगळ्यात महागडे घर आहे हे तुम्हाला ठाऊक आहे का? त्याची किंमत जवळपास ११७ अब्ज पौंड इतकी आहे. या राजमहालात तब्बल ७७५ खोल्या आहेत, ज्यात सेवकवर्गासाठी १८८, राजपरिवार व पाहुण्यांसाठी ५२ खोल्या, ७८ स्नानगृहे आणि ९२ कार्यालये आहेत!

या सुंदर राजमहालाची व्यावहारिक किंमत ठरवण्याचे काम ज्या माणसाला करावे लागले, त्याच्या मनात किती गोंधळ माजला असेल याची मला कल्पनाच करता येते. पण, या वास्तूचे प्रत्यक्ष स्वरूप, त्यातल्या कार्यालय व इतर खोल्यांची संख्या आणि इतर सर्व काही काही गोष्टींपेक्षाही त्याचे ऐतिहासिक मोल अगणित आहे. ते ब्रिटिश राजघराण्याचे घर तर आहेच. परंतु, त्या कुटुंबाच्या इतिहासाचे भांडार आहे. अशी जागा जिथे भूतकाळातील असंख्य कट, कारस्थान, गुपिते आणि उलथापालथ घडवून आणणाऱ्या घटना, प्रसंगांची रेलचेल आहे.

अर्थात्च आपल्यापैकी कुणालाही एकशे सतरा अब्ज पौंडाचे घर मिळण्याची शक्यता जवळपास नाहीच. पण, तरी यातली काही पायाभूत तत्त्व आपण समजून घेऊ या. घराचे बाजारमूल्य नेमके कशाने वाढते? त्याची किंमत कशी वाढत जाते? एक तर, घर ज्यावर उभे आहे त्या जमिनीची किंमत असते. जागेच्या योग्यतेनुसार ही किंमत वाढत जाते. आपल्याला असे वाटते की, यावर आपला कुठलाही ताबा असत नाही. पण, खरे सांगायचे तर जमिनीचे मूल्य वाढवणे आपल्याला शक्य असते. उदाहरणार्थ, दुबईबद्दल बोलू या. ते एक रुक्ष व अत्यल्प किमतीचे वाळवंट होते. पण, सातत्याने

त्यात सुधारणा घडवून आणत आज ती जगातली एक सर्वात महागडी जागा ठरली आहे. जवळपास मृतप्राय जागेत तिथल्या शेख समाजाने भरपूर कष्ट घेऊन अमूल्य सुधारणा घडवून आणल्या आणि जगायला हवेसे वाटेल अशा सुंदर स्थळात त्याचे रूपांतर केले.

यानंतर येतो इमारतीचा पाया. कुठलीही इमारत प्रदीर्घ काळापर्यंत टिकण्यासाठी खोल आणि मजबूत पाया बांधणे आवश्यक असते. सरतेशेवटी येते त्यावरील बांधकाम. यामध्ये कष्टपूर्वक तयार केलेले आरेखन आणि इमारतीचे सौंदर्य वाढवण्यासाठी केलेली रचना किंवा कलाकुसर यानुसार इमारत आकर्षक वाटू लागते. त्यात केलेल्या इतर सुखसोयींमुळे त्या घराचे बाजारमूल्य मूळच्या जमिनीपेक्षा कित्येक पटीने वाढते.

स्वमूल्य कसे वाढवावे, याबाबत मला अनेक लोकांकडून विविध प्रश्न विचारले जातात. ज्याप्रमाणे आपल्या स्थावर मालमत्तेचे व्यवहार मूल्य वाढवण्यासाठी आपण त्यात विविध प्रकारच्या चांगल्या, गुणवत्ता असलेल्या सुख-सोयी वाढवत नेतो अगदी तोच मार्ग स्वमूल्य वाढवण्यासाठीचा योग्य मार्ग आहे.

तुमचा जन्म कुठे आणि कुणाच्या पोटी झाला आहे ही तुमची मुळात अस्तित्वात असलेली जमीन आहे. पालकांकडून तुम्हाला मिळणारी गुणसूत्रे, जी मिळवणे संपूर्णपणे तुमच्या हाताबाहेर असते ती तुम्ही खेळू पाहणारी सोंगटी असते. इथवरच्या गोष्टींवर तुमचा काहीही ताबा नसतो. यानंतर मात्र जे काही घडेल ते तुमच्या हाती असते. दुबईप्रमाणेच, तुम्ही तुमच्याकडे असलेल्या गोष्टीची गुणवत्ता वाढवत नेऊ शकता. याची क्षमता तुमच्यात असते. तुम्ही त्यात वृद्धी करू शकता. त्यातूनच अधिकाधिक गोष्टी निर्माण करू शकता. तुम्ही जे अन्न खाता आणि जो व्यायाम करता यातून तुमच्या आयुष्यात चांगली भर पडत असते.

यानंतर तुम्ही पायावर काही काम करू शकता. तुमच्या अशा सवयी ज्या तुम्हाला मजबूत आणि शिस्तबद्ध ठेवतात, जे तुम्हाला सातत्य राखण्यातली गुणवत्ता शिकवतात. तुमचा पाया मजबूत होण्यासाठी सहा गोष्टींवर तुमचे लक्ष केंद्रित करा : आहार, व्यायाम, झोप, ताण कमी करणे, आवश्यक तितके पाणी पिणे आणि योग्य पद्धतीने श्वसन करणे. तुमच्या आयुष्याची गुणवत्ता या सहा तत्त्वांवर ठरते; इथून सुरुवात करा.

एका मजबूत पायावर तुम्ही सुंदर आयुष्याचे बांधकाम उभे करू शकता. असे जीवन ज्यात तुम्ही इतकी गुणात्मकता आणू शकता की, ते अतिशय आकर्षक होईल. इथे मी याची काही उदाहरणे देऊ इच्छितो.

कुठलाही एक छंद घ्या म्हणजे तो सर्वसाधारणपणे ज्ञात नसू शकतो, पण तरीही प्रत्येक कसब किंवा कौशल्य हे अमूल्य असतेच. मला माझ्या कॉलेजमधला गिटार वाजवू शकणारा मुलगा आठवतो. तो मधल्या सुट्टीच्या वेळेत अतिशय उत्तम गिटार वाजवायचा आणि सुंदर गाऊ शकायचा. त्यामुळे सगळ्या मुली कायम त्याला घेरून असत. तो आमच्या काळचा सर्वाधिक लोकप्रिय विद्यार्थी होता.

तुमची माहिती आणि बुद्धिमत्ता यावर काम करा. तुमच्याकडे असलेले ज्ञान आणि तुम्ही कुठल्या पद्धतीने ते इतरांना देऊ करता, यामुळे त्यांच्या आयुष्यात चांगला बदल घडवून आणता येणे शक्य आहे. उदाहरणार्थ, या पुस्तकातून तुम्ही जे काही शिकाल त्याचा इतरांना उपयोग होईल असा वापर तुम्हाला करता येईल. इथे जे काही शिकलात ते तुम्ही त्यांना सांगू शकता. यासाठी तुम्ही स्वतःकडील भौतिक गोष्टींचासुद्धा उपयोग करू शकता, जसे की एखाद्या मित्राकडे कार असेल तर तो सगळ्यांना घरी पोहोचवू शकतो किंवा एखाद्याचे छान घर आहे, जिथे तो सगळ्यांना पार्टी देऊ शकतो.

या लेखाचा उद्देश या सगळ्या गोष्टी करायला तुम्हाला भाग पाडणे हा नाही. मुद्दा असा आहे की, आता या क्षणी तुमच्याकडे जे काही आहे तीच तुमची सुरुवात करण्याची जागा आहे. स्वमूल्य वाढवण्यासाठी तुम्ही आपल्या आयुष्याच्या गुणवत्तेत सातत्याने भर घालत राहा. त्यासाठी सातत्याने विविध मार्गांच्या शोधात राहा. तुमच्या किंवा इतरांच्या इच्छांमधूनच या गुणवत्ता निर्मितीच्या संधी निर्माण होत असतात.

आपल्याला हे पटो किंवा नाही, पण आपल्यातील सगळे जण स्वतःचे मूल्य हे इतर व्यक्ती आपल्याला कसे बघतात यावर ठरवत असतात आणि त्यामुळेच तुम्ही स्वतःच्या गुणांमध्ये सतत वाढ करत राहणे गरजेचे आहे. तुमचा आत्मविश्वास हळूहळू जागृत होईल, वाढीला लागेल. हा आत्मविश्वासच इतरांच्या दृष्टीने खूप आकर्षक ठरू शकतो आणि त्यामुळे तुमच्या आजूबाजूच्या व्यक्तींना तुमचा सहवास हवासा वाटू लागतो.

स्वमूल्य वाढवण्याच्या तुमच्या अतिशय सोप्या सवयीची सुरुवात असते, आयुष्याच्या पायावर काम करणे. मी वर उल्लेख केलेल्या सहा मुद्द्यांवर काम करून तुमच्या आयुष्याचा पाया मजबूत करा. वेगवेगळे कौशल्य, छंद, कामे, नातेसंबंध या सगळ्यांतून तुमच्या जगण्याची गुणवत्ता वाढवत न्या. जितके गुण वाढत जातील, तितका आत्मविश्वास तुम्ही मिळवाल आणि त्यातूनच तुमचे स्वमूल्य वाढत राहील.

तुमच्या सवयींचा प्रशिक्षक म्हणून तुम्हाला एक छान आयुष्य मिळावे अशीच माझी इच्छा आहे आणि असे आयुष्य मिळवण्यासाठी लहान लहान टप्प्यातून तुम्ही जगण्याचा गुणात्मक दर्जा वाढवत नेणे आवश्यक आहे.

सराव

या प्रकरणात निर्देश केलेल्या जगण्यातल्या सहा क्षेत्रांमध्ये तुम्हाला कोणती सवय स्वतःवर बिंबवायची आहे ते लिहून काढा.

१) पोषण...

२) व्यायाम...

३) झोप...

४) तणाव कमी करणे...

५) शरीरात योग्य पाणीपातळी राखणे.................................

६) श्वसन...

या सवयी तुमच्या जगण्याचा पाया असतात, त्यांना मजबूत करायचे आहे हे लक्षात घ्या. स्वतःच गुणवत्ता वाढवण्यासाठी कुठलीही एक सवय आणि एक कौशल्य शिकावे याचा विचार करा.

कौशल्य/कसब...

छंद...

हे तुमच्या व इतरांच्या मनाचे आणि बुद्धीचे सौंदर्य वाढवणारे अलंकार आहेत.

तुमच्यात उच्च कौशल्य येण्यासाठीच्या योग्य सवयी लावून घ्या.

शेवटची सूचना, दिवसातील पंधरा मिनिटांचा वेळ खास राखून ठेवा आणि त्याचा उपयोग फक्त काहीतरी शिकण्यासाठीच करा.

हे सगळे तुम्ही केव्हा आणि कसे करणार आहात त्याचे वेळापत्रक लिहून काढा. जसे की : मी रोज सकाळी उठल्यावर पंधरा मिनिटे एखादे स्वशिक्षण देणारे पुस्तक वाचेन.

....

....

....

....

....

रोज ही यादी वाचून काढा. तुम्ही ठरवलेले ध्येय, सवयी यांची स्वतःलाच पुन्हा पुन्हा आठवण करून द्या. मनात हे सगळे मुद्दे करून ठेवा त्यासाठी आवश्यक ती योग्य कृती करा आणि लवकरच या सगळ्याच गोष्टी तुमच्या जगण्याचा एक भाग होऊन जातील.

मूलगामी स्वामित्व

मी तुम्हाला एक गंमत सांगणार आहे. तुम्हाला माहिती आहे का की, मॅनहॅटन या शहरात एक अशी जागा होती, ज्याची मालकी पाच वेगवेगळ्या देशांकडे होती? व्हर्सेलीसच्या राजवाड्याच्या नमुन्यानुसार तयार केलेल्या ह्या घराचे क्षेत्रफळ तब्बल वीस हजार स्केअर फूट इतके होते. १९४६ साली रिपब्लिक ऑफ युगोस्लाव्हिया या देशाने न्यूयॉर्कमधल्या आपल्या दूतावासासाठी हे घर विकत घेतले.

त्यानंतर १९९२ साली ह्या प्रजासत्ताकाचे विभाजन झाले आणि त्यामुळे ह्या जागेची मालकी पाच देशांकडे आली. बॉस्निया, क्रोएशिआ, मॅसेडोनिआ, सर्बिया आणि स्लोव्हेनिया हे ते पाच देश आहेत. या जागेच्या मालकी हक्काचा वाद मिटवण्यासाठी २०१८ साली त्यांनी ही जागा विकून टाकली.

इतक्या वेगवेगळ्या लोकांना घेऊन झालेल्या या विक्री कराराचे स्वरूप किती गुंतागुंतीचे असेल याची मला कल्पनासुद्धा करवत नाही. हेच अगदी छोट्या प्रमाणात का होईना, भारतामध्येही घडते. जेव्हा पैतृकसंपत्तीचे वारसांमध्ये विभाजन करायचे असते, त्या वेळेला अशाच प्रकारची गुंतागुंत निर्माण होते. भावंडे आपापल्या वेगवेगळ्या मतांवर ठाम राहतात आणि गुंता वाढतो.

या प्रकरणात मात्र एका वेगळ्या प्रकारच्या स्वामित्वाची चर्चा केली आहे. स्टॉक तत्त्ववेत्त्यांकडून या कल्पनेचा उगम झाला आहे. बळीच्या मानसिकतेच्या सवयीतून बाहेर पडण्यासाठी या सवयीचा उपयोग होतो.

आपल्या आयुष्यावर काही काही वेळेला आपला ताबा उरत नाही

आणि त्यामुळे माणसे एकमेकांवर दोषारोप करत राहतात. हे टाळण्यासाठी या सवयीचा उपयोग होतो.

बळीची मानसिकता म्हणजे काय हे आधी आपण समजून घेऊ या. यात माणसाला सतत एक भावना ग्रासते की, संपूर्ण जग माझ्या विरोधात आहे. कुठलीच गोष्ट आपल्या मनाप्रमाणे घडत नाहीये. आपल्या बाबतीत सतत फक्त वाईटच गोष्टी घडत आहेत. बळीची मानसिकता असलेले लोक आयुष्याकडे नेहमी हताश नजरेने पाहतात. ते सतत फक्त हेच म्हणतात, मी याबद्दल काय करू शकतो? यातला मुख्य मुद्दा असा आहे, त्यांच्या अवतीभवती घडणाऱ्या घटनांची जबाबदारी या व्यक्तींना घ्यायची नसते. त्यांच्या मनात आयुष्याबद्दल एकूणच नाराजी असते. ते जगाकडे कडवटपणानेच बघतात. अशा माणसांसोबत जगणे मुळीच सोपे नसते, कारण घडणाऱ्या प्रत्येक गोष्टीसाठी ते तुम्हालाच जबाबदार धरतात.

या माणसांच्या विचारसरणीचे अजून एक पैलू म्हणजे हे सगळे मिळावे किंवा घडावे असे माझे काय चुकले? असा विचार ते सतत करतात. जग तुमचे काहीतरी देणे लागतेय अशी एक भावना त्यांच्या मनात सातत्याने घोळत असते. आपल्या पात्रतेप्रमाणे आपल्याला कधीच काही मिळालेले नाही, हा विचार या माणसांमध्ये एकसमान आढळून येतो. जग यांचे काहीही देणे लागत नाही, हे ते मुळात लक्षातच घेत नाहीत.

अशा व्यक्तींच्या वागण्याचा अजून एक त्रासदायक पैलू असतो, तो म्हणजे हे सतत फक्त कुरकूर करतात आणि अडचणींबद्दल तक्रार करत राहतात. पण जर तुम्ही यावर त्यांना काही उपाय सुचवला तर तो उपाय लागू कसा पडू शकत नाही, याबद्दल ते तुम्हाला अजून एक मोठी यादी ऐकवतात. तुम्ही देऊ केलेल्या प्रत्येक उपायावर त्यांच्याकडे पाच अधिक मोठ्या अडचणी तयार असतात. तुमचा सवयीचा प्रशिक्षक म्हणून मी तुम्हाला अशा प्रकारच्या बळींच्या जाळ्यात कधीही अडकू नका असा सल्ला देईन.

आपण ज्याला मूलगामी स्वामी म्हणू शकतो अशा एका वैचारिक तत्त्वावर स्ट्राइक यांचा विश्वास होता. जगात होणाऱ्या प्रत्येक घटनेवर तुमचा ताबा आहे असा विचार तुम्ही करायचा. जगाच्या दुसऱ्या टोकाला कुठल्यातरी पाच वेगवेगळ्या देशांमध्ये जर युद्ध चालू असेल, तर त्यावरही तुमचा ताबा आहे असा विचार तुम्ही करायचा.

स्वामित्वाच्या या विचारामुळे तुमच्या अवतीभवती घडणाऱ्या घटनांचे उत्तरदायित्व स्वीकारायला तुम्ही शिकत जाता आणि अडचणींचे स्वामित्व तुमचेच असल्यामुळे तुम्ही बळी उरत नाही.

कुठल्याही अडचणींचे मालक म्हणून तुमच्याकडे दोन पर्याय उरतात. एक, तो प्रश्न सोडवण्यासाठी तुम्ही काहीतरी करू शकता किंवा दोन, प्रश्न सोडवण्यासाठी काहीही न करण्याचा पर्याय तुम्ही निवडू शकता. या नजरेने पाहायला लागल्यानंतर तुमच्या विचारांचा आकृतिबंधच पूर्णतः बदलून जातो.

मी याला मूलगामी स्वामित्व म्हणतो, कारण यामुळे घडणाऱ्या सगळ्या घटनांवर तुमची पकड आहे अशी भावना तुमच्या मनात निर्माण होते आणि त्यामुळे जगात घडणाऱ्या कुठल्याही घटनेचा परिणाम जर तुमच्यावर होत आहे असे तुम्हाला वाटत आहे, तर त्याबद्दल काहीतरी करण्याचा पर्याय तुमच्याकडे उपलब्ध होतो.

उदाहरणार्थ, जगाच्या दुसऱ्या टोकाला होणाऱ्या युद्धाचा निषेध करण्याचा पर्याय तुम्ही निवडू शकता किंवा प्लॅस्टिकच्या वापराबद्दल चांगला पर्याय तुम्ही निवडू शकता. जर ते युद्ध तुमच्याशी कुठल्याही प्रकारे संबंधित नसेल तर त्याकडे पूर्णपणे दुर्लक्ष करण्याचा पर्याय तुम्ही निवडू शकता. तुमच्या चिंतेचा केंद्रबिंदू प्लॅस्टिक नसावा असे जर तुम्हाला वाटले, तर त्या ऐवजी आपली ऊर्जा तुम्ही दुसऱ्या कुठल्यातरी ठिकाणी केंद्रित करू शकता.

एखादी व्यक्ती तुम्हाला त्रास देते आहे किंवा तुमच्याशी वाईट वागते आहे, तर तुम्ही लढा देऊ शकता, त्यांना मारू शकता, पोलिसांना बोलावू शकता किंवा याबाबत काहीही न करण्याचा पर्याय निवडू शकता. मूलगामी स्वामित्वामुळे निवडलेला पर्याय अखेरीस तुमचाच असतो.

तुम्ही जे काही करता ती तुमचीच निवड आहे हे स्वीकारणे हीच तुमची चांगल्या सवयीची सुरुवात असते. तुमच्या लक्षात येईल की, अवतीभवतीच्या तुमच्या जगात घडणाऱ्या प्रत्येक गोष्टींवर किंवा घटनेवर तुमचा ताबा आहे. तुम्ही कुठल्याही गोष्टीसाठी कुणालाही दोष देऊ शकत नाही. प्रत्येक घटना ही तुमची निवड असते.

तुम्ही जेव्हा असा विचार करू लागता, तेव्हा तुमच्या मनातील बळी नाहीसा होतो आणि तुमचा सगळ्यावर ताबा येतो.

सराव

तुमच्या आयुष्यातील अशी एखादी घटना किंवा कालखंड विचारात घ्या, जिथे तुम्ही एखादी गोष्ट करायची ठरवली होती. परंतु तुम्ही ठरवल्याप्रमाणे घटना घडल्या नाहीत. त्यामुळे तुम्हाला कसे वाटले ते आठवा. तुम्हाला तसे का वाटते आहे याचा विचार करा आणि ती कारणे लिहून काढा.

....

....

....

....

....

....

तुम्ही लिहिलेल्या कारणांचे निरीक्षण करा आणि या सगळ्यांमध्ये दोषारोपाचा एखादा धागा तुम्हाला आढळतो आहे का ते तपासून पाहा. यात कुठेतरी तुमच्या मनात हताशतेची भावना आहे का? या काळात कधीतरी तुम्हाला या घटनांमध्ये तुम्ही बळी आहात असे वाटले का? जर याचे उत्तर हो असेल, तर मूलगामी स्वामित्वाची भावना किंवा विचार पद्धती स्वीकारण्याची हीच ती योग्य वेळ आहे.

आता हे प्रकरण पुन्हा एकदा वाचा आणि पुन्हा प्रयत्न करा. या वेळेला त्या घटनेचे उत्तरदायित्व स्वीकारा आणि तुम्ही कुठकुठले पर्याय निवडले आणि का, हे लिहून काढा.

लक्षात ठेवा, तुमच्याकडे नेहमीच निवडीचा पर्याय असतो. तुमचा सर्व घटनांवर ताबा असतो. तुम्ही पुन्हा प्रयत्न करून पाहू शकता. तुम्ही गोष्टी वेगळ्या पद्धतीने करण्याचा प्रयत्न करू शकता. तुम्ही काहीही न करण्याचा पर्याय निवडू शकता आणि सगळ्यात महत्त्वाचे म्हणजे या सगळ्याबद्दल एक ठाम आणि वेगळा दृष्टिकोन तुम्ही निवडू शकता.

त्या वेळी उपलब्ध असलेले पर्याय त्यातून तुम्ही कुठले पर्याय निवडले, ते लिहा. तुम्ही नेमका कुठला पर्याय निवडला आणि दुसरा कुठला पर्याय निवडला असता तर संपूर्णपणे हाताबाहेर गेलेल्या त्या घटनेला कोणते वेगळे वळण लागले असते याचाही विचार करा.

....

....

....

....

....

....

स्पर्धा निर्माण करू या

मला व्युत्पत्तीशास्त्रात रस आहे हे तुमच्या लक्षात आले आहे का? मला ते आवडते कारण शब्दाच्या उगमात त्याचा खरा अर्थ दडलेला असतो. आजच्या युगात आणि काळात आपण शब्दांना त्यांच्या हलक्या स्वरूपात वापरतो, ज्यातून त्यांचा मूळ गाभा हरवलेला आहे.

क्रिएट हा शब्द लॅटिनमधल्या क्रिएटर्स या शब्दावरून आला आहे हे तुम्हाला ठाऊक आहे का? मूळ लॅटिन अर्थ आहे एखादी गोष्ट अस्तित्वात आणणे, हवेतून एखादी गोष्ट निर्माण करणे किंवा एखाद्या गोष्टीला वाढीस लावणे.

आपल्याला निर्मितीक्षमता किंवा प्रक्रिया ही रंगीबेरंगी, मजेदार किंवा काहीतरी भारी अशी वाटत असते. जणू काही माणसे बसून सिगारेट ओढत आहेत आणि धुरात हरवून एखाद्या गोष्टीचे स्वप्न पाहत आहेत. मी जेव्हा लोकांना विचारतो की, त्यांना नवनिर्मिती करायला का आवडत नाही? तर बहुतेक वेळेला त्यांचे असे उत्तर असते की, त्यांना या साचेबद्ध व्याख्येसारखे असणे आवडणार नाही म्हणून ते नवनिर्मिती करू इच्छित नाहीत. परंतु निर्माण करण्याची प्रक्रिया किंवा शब्द हा खरे तर पूर्णपणे वेगळा आहे आणि अतिशय सुंदरही आहे.

आजच्या वेगवान जगात आपल्याला एक शब्द फार लवकर शिकवला जातो 'स्पर्धा'. आपल्या शालेय जीवनापासून आपण स्पर्धा करायला सुरुवात करतो. मग ती वर्गामध्ये तुम्हाला मिळणारी टक्केवारी असू दे किंवा पळण्याची स्पर्धा असू दे किंवा मैदानी क्रीडा स्पर्धांमध्ये एखादे पदक

मिळवण्याची चुरस असू दे. नंतरच्या काळात आपण नोकरी मिळविण्यासाठी स्पर्धा करतो. मग आपल्या सहकाऱ्यांसोबत स्पर्धा करतो. आपण जेव्हा आपल्या संस्थेचे प्रमुख होतो किंवा एखादा व्यवसाय करू लागतो, तेव्हा आपण इतर व्यावसायिकांबरोबर स्पर्धा करायला सुरुवात करतो. आपण जेव्हा गृहस्थ होतो, तेव्हा आपल्या मुलांच्या मित्रांच्या पालकांबरोबर स्पर्धा करतो. थोडक्यात, आपल्यापैकी बहुतेक माणसांच्या जगण्याचा स्पर्धा हा एक महत्त्वाचा भाग असतो. ते एक न संपणारे दुष्टचक्र असते, ज्यावर आपण सातत्याने धावत राहतो. एक संपली की दुसरी स्पर्धा सुरूच राहते.

स्पर्धेमुळे निर्माण होणारा प्रश्न असा आहे की, त्यामुळे आपण एक कमतरतेची भावना शिकत जातो आणि जोपासत जातो. आपल्याला असे वाटत राहते की, जगात सर्वच गोष्टींची कमतरता आहे : पैसा, संपत्ती, मालमत्ता, बुद्धिमत्ता आणि आपण सगळेजण मिळून सतत याचा वाटा मिळवण्यासाठी आपापसांत एक प्रकारची लढाई करत आहोत. ज्या ज्या कंपन्यांसाठी मी काम करत आलो आहे, त्या सगळ्यांच्या मुळाशी हीच भीतीची भावना आहे. भीतीने ग्रस्त असल्यामुळे त्यांना हरण्याची भीती वाटत राहते. त्यामुळे विकास करण्याचीदेखील भीती वाटते. त्यांना फक्त स्पर्धा करत राहायचे असते.

तुमचा सवयींचा प्रशिक्षक म्हणून मला तुम्हालाही जाणीव करून द्यायची आहे की, स्पर्धा म्हणजे फक्त कळपातून पुढे जात राहणे आणि इतर सगळ्यांपेक्षा काहीतरी उजवे किंवा चांगले करून दाखवण्याची धडपड करत राहणे, इतकेच असते. यामध्येही फक्त तुलनेने चांगले असणे महत्त्वाचे असते. सर्वंकष गुणवत्ता वाढवणे अपेक्षितच नसते. म्हणूनच तुम्ही स्वतःची निर्मितीक्षमता वाढवावी, फक्त स्पर्धात्मक गुणवत्ता नको; असा सल्ला मी तुम्हाला देईन. तुम्ही जेव्हा एखादी नवनिर्मिती करता, तेव्हा तुम्ही त्या प्रक्रियेच्या केंद्रस्थानी असता. त्या निर्मितीचे मालक असता. तुम्ही कळपापासून वेगळे होता. स्वतःचा वेगळा मार्ग निवडता, जिथे प्रगती आहे आणि जादू घडते! परंतु हा मार्ग चोखाळलेला नसल्यामुळे आपल्याला त्याची भीती वाटत राहते.

मी जेव्हा आमचा कौटुंबिक व्यवसाय आणि त्यामुळे येणारी सुरक्षितता यांचा **त्याग** केला, त्या वेळेला मी स्वतःही खूप घाबरलो होतो. मी सहजपणे शिकवणे किंवा तत्समच एखादी गोष्ट करत राहून जगू शकलो असतो. इतरांपेक्षा कमी शुल्क आकारून स्पर्धा कमी करू शकलो असतो. पण त्या ऐवजी मी 'सवयींचे प्रशिक्षण'

नावाची वेगळीच श्रेणी निर्माण केली. मी सुरुवात केली त्या वेळेला सवयींचे प्रशिक्षण हा प्रकारच मुळी अस्तित्वात नव्हता. तुम्ही जर याची माहिती गुगलवर शोधायला गेला असता तर तुम्हाला शून्य परिणाम दिसले असते. कदाचित तुम्हाला 'कोचिंग हॅबिट' नावाचे पुस्तक आढळले असते, ज्याचा शिकवण्याच्या सवयींशी काहीही संबंध नाही.

मी ही श्रेणी निर्माण केली आणि त्यामुळे सवयींचा प्रशिक्षक नामक ट्रेडमार्क मी मिळवू शकलो. हे एकाच वेळी भीतिदायक आणि उत्कंठावर्धक होते. त्यानंतर मला मिळालेले यश पाहून स्वतःला सवयींचे प्रशिक्षक म्हणवणारे अनेक लोक तुम्हाला आता दिसून येतील. पण अर्थातच ते सगळेजण स्पर्धा करीत आहेत. त्यातून कुठलीही नवनिर्मिती होत नाहीय.

माझ्याच आयुष्यातील दुसरे उदाहरण म्हणजे माझे पॉडकास्ट. मी पॉडकास्ट निर्माण करून स्वतःचे ज्ञान फुकट वाटण्याचे ठरवले. मला अनेकांनी सांगितले की, ही त्यांनी ऐकलेली सगळ्यात वाईट कल्पना आहे. त्यांनी मला सांगितले की, या पद्धतीने अनेक लोक तुझ्या कल्पना चोरतील किंवा तुझ्या कामाचे श्रेय घेण्याचा प्रयत्न करतील आणि माझ्या सगळ्या हितचिंतकांना मी सांगितलं की, लोकांनी अशा प्रकारे माझ्या कल्पना किंवा काम चोरणे मला मान्य आहे. कारण ते फक्त स्पर्धाच करत आहेत. त्यांना कुठलीही नवीन कल्पना कधीच सुचणार नाही, कारण नवकल्पना हे दुर्मिळ संसाधन आहे.

मी ही उदाहरणे वापरली कारण हे घडणे शक्य आहे हे मला तुम्हाला दाखवून द्यायचे आहे. स्पर्धा न करता जिंकता येणेही शक्य आहे. तुम्हाला हे सगळे सांगण्याचे अजून एक कारण आहे. मला या सगळ्याचा प्रचंड अभिमान आहे! इथे मी स्वतःची पाठ थोपटून घेतो आहे असे समजा.

या संपूर्ण प्रवासात मी एक व्यक्ती असणे शिकलो, कारण तुम्ही जेव्हा तुम्ही असता, तेव्हा तुमची एक स्वतंत्र ओळख असते आणि तुम्ही जे काही कराल ते इतरांपेक्षा कायम वेगळेच असणार असते आणि यातच नवनिर्मितीचे बीज असते. तुम्ही इतरांना खूश करण्याचा प्रयत्न केला तर स्वतःला बदलाल आणि पुन्हा एकदा स्पर्धेच्या जाळ्यात अडकाल.

म्हणून तुमच्या ह्या सोप्या सवयीची सुरुवात आहे नवनिर्मिती करणे. सतत काहीतरी निर्माण करत राहा. घरी, कार्यस्थळी, कुठेही आणि सगळीकडेच.

सराव

या सरावासाठी तुमच्या किशोरवयात तुम्हाला ज्या तीन गोष्टींचा ध्यास होता त्या लिहून काढा.

....

....

....

....

....

....

हे लिहून झाल्यानंतर, यातली कुठलीही एखादी इच्छा किंवा ध्यास निवडा. तुमच्या कामातून या ध्यासाच्या परिपूर्तीसाठी आवश्यक असलेले कौशल्य विकसित करण्यासाठी स्वतःला प्रवृत्त करा. तुमची निर्मिती आणि निर्मितीप्रक्रिया यांचा आनंद घेणे, हा या सगळ्याचा मूळ हेतू आहे. तुमच्यातील निर्माणक्षमता वाढवा.

या ध्यासातून तुम्ही काय मिळवू शकाल ते लिहून काढा. उदाहरणार्थ, संगीत हे जर तुमचे ध्येय असेल तर यातून एखादे वाद्य किंवा गाणे शिकणे, इतके सोपे साध्य असू शकते.

....

....

....

....

....

....

पुढच्या टप्प्यावर, तुम्ही तुमच्या शैक्षणिक किंवा व्यावसायिक कामात तुम्हाला मनापासून करावेसे वाटणारे एखादे काम किंवा प्रश्न निवडा. ते करण्यासाठी उपलब्ध असलेले पर्याय किंवा तुमचे सहकारी, सहाध्यायी यांना क्षणभर विसरून जा. कल्पना करा की, तुमच्यावर कसल्याही मर्यादा किंवा बंधने घातलेली नाहीत. अशा स्थितीत ही परिस्थिती अधिक चांगली करण्यासाठी तुम्ही काय कराल? यावर एखादा खास आणि वेगळा उपाय शोधण्यासाठीची संपूर्ण सत्ता किंवा क्षमता तुम्हाला असली तर? तर तुम्ही काय कराल?

....

....

....

....

....

तुमच्यासमोर उद्‌भवलेल्या कुठल्याही परिस्थितीत स्वतःला असा प्रश्न विचारा की, तुमच्यातील निर्मितीक्षम बुद्धिमत्तेला ही परिस्थिती सुधारण्यासाठी किंवा बदलण्यासाठी काय करता येईल? स्वतःच्या संपूर्ण क्षमतांनिशी सिद्ध व्हा, स्पर्धेला आणि कळपाला मागे टाका आणि पुढे जा.

चिकाटी

तुम्हाला बालपणी शिकवलेले 'इट्सि बिट्सी स्पायडर' नावाचे बालगीत नक्की आठवत असेल. परंतु हे बालगीत प्रौढांसाठी लिहिले होते हे तुम्हाला ठाऊक आहे का? ' कॅम्प ॲण्ड कमीनो इन लोअर कॅलिफोर्निया' हे पुस्तक १९१० साली प्रकाशित झाले. ही कविता त्या पुस्तकात होती. फक्त यात जलप्रवाहाच्या विरुद्ध दिशेला जोर लावून चढू पाहणारा कोळी नव्हता, तर कोळ्यांच्या जाळ्यात वर चढू पाहणारा एक प्रचंड मोठा कोळी होता.

लेखकाने तत्कालीन श्रमजीवी वर्गासाठी प्रोत्साहनपर म्हणून हे गीत लिहिले होते. निराश न होता त्यांनी सातत्याने जाळ्यात वर वर चढतच राहावे असा संदेश यात होता. जाळे म्हणजे त्या वेळेला समस्त अमेरिकन जनतेपुढे असलेले भविष्यकालीन यशाचे स्वप्न. संपूर्ण समाजात एक मूलगामी प्रगतीपर बदल व्हावा यासाठी लोकांना प्रोत्साहित करावे म्हणून हे गीत लिहिले होते. कालांतराने कुणीतरी मालकी हक्काचे सगळे कायदे मोडून प्रौढांसाठी लिहिलेले हे गीत बालगीतात बदलून टाकले.

मी जेव्हा शाळेत होतो, त्या वेळेला मला हे गाणे फक्त इंग्रजीत नाही, तर त्याच्या हिंदी रूपातसुद्धा शिकावे लागले होते. तिथे आम्ही 'इट्सि बिट्सी मकोडा' असे म्हणायचो! यातून आम्हाला दोन गोष्टी शिकवल्या जायच्या; चिकाटीने परिश्रम करत राहा आणि कधीही हारू नका.

आजच्या काळात ह्या 'इट्सि बिट्सी स्पायडर'ची गोष्ट फक्त एका शब्दात सांगितली जाऊ शकते : चिकाटी.

चिकाटी ही तुमच्यातील ती क्षमता आहे, जी तुम्हाला हारून खाली

पडल्यानंतरसुद्धा पुन्हा उठून उभे राहण्याची ताकद देते. परिस्थितीने वारंवार खाली पाडले तरी पुन्हा पुन्हा नव्याने उभे राहण्याची ताकद देते. चिकाटी हा तुमच्यातील आंतरिक विश्वास असतो, जो तुम्हाला एक ठाम विश्वास देतो की, काहीही झाले तरी मी माझ्या गंतव्यापर्यंत पोहोचणारच. तुमच्या स्वप्नांना प्रत्यक्षात आणण्याची चिकाटी ही गुरुकिल्ली आहे.

तुम्हाला या क्षणी जर अयशस्वी वाटत असेल, तर मागे वळून स्वतःच्या आयुष्याकडे पाहा आणि हा प्रश्न विचारा की, तुम्हाला हवे ते मिळवण्यासाठी तुम्ही चिकाटीने श्रम केलेत का? पहिल्या संकटाची चाहूल लागताच तुम्ही प्रयत्न करणे सोडून दिले का? परिस्थिती अवघड झाल्याबरोबर निराशेने हात झटकून तुम्ही काम थांबवले का?

सत्य हे आहे की, आपल्यातले बहुतेक लोक पहिल्यांदा अपयश आल्याबरोबर पुन्हा उभारी धरतच नाहीत. आपण जगण्याचा दुसरा कुठलातरी समांतर मार्ग निवडतो आणि आधीच्या रस्त्यावर होणारी हालचाल दुरून निरखण्याचा पर्याय निवडतो. तुम्ही जेव्हा समाजातील कुठल्याही थोर व्यक्तींबद्दल वाचता, तेव्हा तुम्ही त्यांच्या चिकाटीने काम करण्याबद्दल वाचत असता. आयुष्य जेव्हा त्यांना वारंवार निराश करते, तेव्हा पुन्हा पुन्हा नव्याने ते कुठल्या पद्धतीने उभे राहिले आणि प्रयत्न करत राहिले हे वाचता. भविष्यात संपूर्ण निराशा आणि काळोख दिसत असतानासुद्धा ते कशाप्रकारे काम करतच राहिले हे वाचता.

या थोर व्यक्तींबद्दल जेव्हा जेव्हा मी काही वाचले आहे, त्यातून मी एकच गोष्ट शिकलो ती म्हणजे यांनी चिकाटीची सवय अंगी बाणवून घेतली होती.

अशा प्रकारच्या चिकाटीने त्यांना यश मिळणार नाही हे शक्यच नव्हते.

नेपोलियन हिल यांच्या 'थिंक ॲण्ड ग्रो रीच' या पुस्तकातील माझे एक आवडते उद्धरण आहे : 'ज्यांनी स्वतःमध्ये सातत्याची सवय निर्माण केली ते अपयशाविरुद्धच्या विम्याचा आनंद घेतात.'

हे खूप शक्तिशाली आहे नं?

तुमच्या सवयींचा प्रशिक्षक म्हणून तुम्ही स्वतःला ही चिकाटीची सवय लावून घ्यावी अशी माझी इच्छा आहे. अपयशाच्या पहिल्याच प्रसंगात निराशेने नाद सोडून देऊ नका. पुन्हा पुन्हा उठून उभे राहा आणि पुढे जात राहा.

माझ्या स्वतःच्या आयुष्यातसुद्धा याच चिकाटीने मला यश मिळवून दिले आहे. मी जेव्हा पहिल्यांदा एक फोनचे ॲप सुरू केले होते त्या वेळेला अपयशी झालो होतो. ते तयार करण्यामध्ये मी खूप सारे पैसे आणि वेळ गुंतवला होता. त्या अपयशामुळे मी निराश आणि दुःखी झालो होतो. पण आम्ही स्वतःच्या चुकांमधून शिकलो आणि पुन्हा प्रयत्न केला. मी दिवसभरात जे काही निर्माण करतो ते सगळे एका ठिकाणी आणून त्याची गुणवत्ता प्रचंड प्रमाणात वाढवावी, असा माझा हेतू होता. पायरी पायरीने स्वतःला ह्या सवयी लावून आपण कशाप्रकारे प्रगती करू शकतो हे मला लोकांना दाखवून द्यायचे होते.

मी अजूनही प्रयत्न सोडलेले नाहीत आणि माझे संपूर्ण लक्ष हे ॲप प्रचंड यशस्वी व्हावे याकडे केंद्रित झालेले आहे. पाण्याच्या धारेच्या विरोधात वर चढणाऱ्या चिमुकल्या कोळ्यासारखेच माझे हे प्रयत्न आहेत.

यशस्वी होण्याच्या तुमच्या साध्या सोप्या सवयीची सुरुवात करण्यासाठी तुम्हाला आयुष्यात काय मिळवायचे आहे हे आधी निश्चित करा. तुमच्या आयुष्याला कुठल्या दिशेने न्यायचे आहे हे ठरवा. त्याबद्दल तुमच्या मनात स्पष्टता येऊ दे. अपयश आलेच तर पुन्हा उठून कसे उभे राहायचे हे शिका. अपयशातून शिकता येते. काय चुकले हे शोधून काढा, ते दुरुस्त करा आणि पुन्हा प्रयत्न करा.

चिकाटी हा तुमचा अपयशाविरुद्धचा विमा आहे.

आणि अर्थातच प्ले स्टोअरवर जा आणि एक ॲप शोधून काढा. त्याचे नाव आहे – Awesome 180.

सराव

ह्या सरावासाठी तुमच्या मनात घोळत असलेले एखादे साध्य किंवा स्वप्न शोधून काढा. अशी एक इच्छा जी तुम्ही आजवर पूर्ण करू शकला नाहीत.

....

....

....

....

....

ती तुमच्यासाठी का महत्त्वाची आहे ते लिहून काढा.

....

....

....

....

....

पुढच्या टप्प्यावर आजवर तुम्हाला ते साध्य करणे का जमले नाहीय ते लिहून काढा. याआधी शेवटचा प्रयत्न तुम्ही कधी केला होता आणि त्यातून तुम्ही काय शिकलात?

....

....

....

....

आत्ताच्या प्रयत्नातसुद्धा तुम्हाला अपयश आले तरीही 'मी प्रयत्न करत राहीनच' असे स्वतःलाच वचन द्या. समजा पुन्हा तुम्हाला अपयश आले तर त्यातून सावरण्यासाठी कोणत्या दोन गोष्टी तुम्ही कराल ते लिहून काढा.

....

....

....

....

....

तसेच अशा तीन अवघड गोष्टी लिहून काढा, ज्या वारंवार प्रयत्न करून आणि अपयश येऊनसुद्धा सातत्याने प्रयत्न करून तुम्ही साध्य करू शकला आहात.

....

....

....

....

....

जेव्हा जेव्हा तुम्हाला कठीण परिस्थितीचा सामना करावा लागेल, त्या त्या वेळेला हे प्रकरण पुन्हा पुन्हा वाचा. स्वतःला आठवण करून द्या की, या वेळी फक्त थोडासा तोल गेला आहे. तुम्ही पूर्णपणे कोलमडून पडला नाहीत!

चिंता करणे थांबवा

'वरी' (Worry) हा शब्द जुन्या इंग्रजीतील Wyrgan ह्या शब्दापासून बनला आहे हे तुम्हाला ठाऊक आहे का? याचा अर्थ आहे स्वतःच्या गळ्याभोवती फास गुंडाळून घेणे आणि गुदमरणे. भाषा निर्मितीच्या मध्यकाळात या मूळ क्रियापदाचा अर्थ बदलला. आता त्याचा अर्थ असा झाला - गळ्याला धरणे आणि फाडून काढणे. जसे की कोल्हा तुमच्या मानेत दात रुतवतो आणि गळा फाडून काढतो.

नंतर त्याचा भावार्थ झाला हात धुऊन मागे लागणे किंवा छळणे. ज्या प्रकारे एखादी आई आपल्या थोरल्या मुलाच्या अंगावर खेकसते, 'धाकट्या भावाला छळणे बंद कर'. अगदी तसेच. एकोणिसाव्या शतकात त्याचा आत्ता अभिप्रेत असलेला अर्थ अस्तित्वात आला. चिंता करणे किंवा निर्माण करणे. उदाहरणार्थ, मला माझ्या वडिलांच्या तब्येतीची काळजी वाटते. वर्तमानकाळात वरी (Worry) या शब्दाचा हाच अर्थ उरला आहे.

मला प्रत्येक वेळी शब्दांची व्युत्पत्ती मनोरंजक वाटते. म्हणजे पाहा ना. वरीचा शब्दशः अर्थ गळा धरणे आणि फाडून काढणे असाच होता. प्रत्यक्षात कधी कधी चिंता खरोखरच आपला गळा धरून फाडते आहे असे आपल्याला वाटते. एकाच वेळेला भीती आणि चिंता या दोन्ही गोष्टी एकत्र होऊन आपल्यावर दबाव टाकतात अशी ती भावना आहे. भीतीने आपण मूक होतो, थिजून जातो.

खरे सांगायचे तर, काळजी आपली अवस्था नेमकी अशीच करून टाकते. ती आपल्याला कृतिहीन करून टाकते. कुठलाही निर्णय घेण्यापासून

किंवा पुढे जाण्यापासून थांबवते. त्याऐवजी आपण जास्तीत जास्त वाईट शक्यतांचाच विचार करत राहतो आणि मनातल्या मनात त्याच घोळवत राहतो. उकळत्या पाण्यात चहाची पाने टाकली की ती त्यात मुरत जातात आणि त्याची चव अधिकाधिक कडवट होत जाते, रंग गडद होतो. इतके कडूजहर होते की, तो चहा पिणे अशक्य होऊन बसते.

आजकाल हेच आपल्या जगण्याचे सत्य होऊन बसले आहे. आपल्या आयुष्यात तऱ्हेतऱ्हेच्या चिंता नव्याने उद्भवल्या आहेत. आर्थिक काळजीपासून आरोग्यापर्यंत अनेक प्रश्न निर्माण झाले आहेत. इतकेच काय तर आधुनिक शहरातील वायू प्रदूषणामुळे श्वास घेण्याबद्दलही माणसाच्या मनात शंका येऊ लागली आहे! मला आजूबाजूला काळजीमुळे संपूर्णपणे दुर्बल झालेली माणसे दिसतात. कुठल्याही गोष्टीबद्दल चिंता करताना माणसे हाच प्रश्न विचारतात : असे झाले तर? हे शब्द माणसांची सगळी स्वप्ने मारून टाकतात. आयुष्यातल्या अनेक संधी वाया घालवतात. हे झाले तर? ते झाले तर? आपले मन आपल्याबरोबरच खेळ करत राहते. स्वप्न पाहणे घडत नाही. मनुष्य अस्तित्वात नसलेल्या भविष्याबद्दल भाकीत करत राहतो.

मी स्वतःदेखील खूप चिंता करायचो. माझे मन एखाद्या वादळासारखे झाले होते : अस्वस्थ, अंधारे, गोंगाटाने भरलेले. तिथे कसलीही शांतता नव्हती. मी सतत भविष्याबद्दल चिंतित असायचो. या सततच्या काळजीयुक्त विचारांमुळे मी इतका थिजून गेलो होतो की, कुठलीच कृती करत नव्हतो. मी स्वतःही त्रास सहन केला. माझ्यामुळे माझ्या नात्यातील लोकांनाही भोगावे लागले.

त्या वेळेस माझ्या नजरेत एक फ्लो चार्ट आला. तो कुणी तयार केला आहे हे मला ठाऊक नाही. तो लोकप्रिय फ्लो चार्ट (तक्ता) आहे. तुम्ही तो कदाचित पाहिलाही असेल. तो खूप सोपा आहे.

त्याची सुरुवात एका प्रश्नाने होते. तुमच्यापुढे काही अडचण आहे का? त्याचे उत्तर नाही असेल तर पुढचा टप्पा असतो काळजी करू नका. इथे आपल्या लक्षात येते की, आपले निम्मे प्रश्न हे आपल्याच कल्पनाशक्तीतून निर्माण झाले आहेत.

दुसरीकडे, तुम्हाला काही अडचण आहे का, या प्रश्नाचे उत्तर जर 'हो' असेल तर तक्त्यातील पुढचा प्रश्न असतो : तुम्ही त्याबद्दल काही करू

शकता का? त्याचे उत्तर हो असेल तर तुम्हाला तुमच्या अडचणीवर उपाय सापडलेला असतो आणि कुठलाच प्रश्न शिल्लक उरत नाही. त्यामुळे फ्लो चार्ट तुम्हाला पुन्हा एकदा 'काळजी करू नका' या टप्प्याकडे घेऊन जातो. समजा तुम्ही उत्तर दिले की, ही अडचण किंवा प्रश्न सोडवण्यासाठी मी काहीही करू शकत नाही, तर पुन्हा वळून तुमचा टप्पा येतो 'काळजी करू नका.' शेवटी फक्त काळजी करून तुम्ही काहीही साध्य करू शकत नसता, कारण त्या प्रश्नावर किंवा अडचणीवर तुमचा कुठलाही ताबा असत नाही.

ही चिंतामुक्त जगण्याची गुरुकिल्ली आहे. काळजी करण्याचे कधीच काहीही कारण असत नाही. तुम्ही जर कृती केली आणि प्रश्न सोडवला तर काळजीचे कारण उरत नाही. आणि जर तुम्हाला हे करायचे नसेल, म्हणजे प्रश्न आहे, पण सोडवायचा नाही तरीही काळजी करणे थांबवा आणि मनोरंजनाकडे किंवा आनंद वाटेल असे काही करण्याकडे वळा.

मी जेव्हापासून हा तक्ता वापरायला सुरुवात केली, तेव्हापासून माझ्या आयुष्यातील सर्व अडचणी अदृश्य झाल्या! निम्म्या वेळी मला काही प्रश्नच नव्हते आणि जेव्हा होते त्या वेळेलाही माझ्या हे लक्षात आले की परिस्थिती, मी चिंता करायचो तितकी कठीण नव्हती!

तुमच्या या सवयीची सुरुवात करण्यासाठी तुमच्या मनावर हा तक्ता बिंबवा. समोर कुठलाही प्रश्न आला तर त्याचा वापर करा. हळूहळू तुमच्या असे लक्षात येईल की, बऱ्याच वेळा, तुम्ही परिस्थितीला, तिला हवे तसे वळण घेऊ द्याल.

उकळत्या पाण्यात चहाची पूड टाकून ठेवू नका. वेळीच गाळून, चोथा फेकून द्या आणि चहाचा आनंद घ्या!

सराव

तुम्हाला ज्या गोष्टींची काळजी वाटते, त्यातील काही लिहून काढा.

....

....

....

....

....

....

ही चिंता दूर करण्यासाठी तुम्ही काही करू शकता का?
असेल तर ती कृती लिहून काढा. आत्ता! ताबडतोब!

....

....

....

....

....

....

तो प्रश्न सोडवण्यासाठी जर तुम्ही काही करू शकणार नसाल, तर मग चिंता कसली करायची? त्या ऐवजी 'मी इथून पुढे सगळी काळजी सोडून देईन' अशी प्रतिज्ञा करा आणि जे काही घडेल त्याचा स्वीकार करण्याची मनाची तयारी करा.

....

....

....

....

....

ज्या ज्या वेळेला तुम्हाला कुठल्याही अडचणीबद्दल काळजी वाटू लागेल त्या त्या वेळेला हे आठवा.

कुतूहल

तुम्हाला हे ठाऊक आहे का की, उत्तर अमेरिकेत जाणारा क्रिस्टोफर कोलंबस हा काही एकमेव प्रवासी नव्हता? इसवी सन १०००च्या दरम्यान लैफ एरिकसन ह्या नॉर्वेजियन साहसी प्रवाशाने अमेरिकेत जाण्याचा सागरी मार्ग शोधून काढला होता. त्याने व्हिनलँड नावाची वसाहत वसवली होती. कॅनडामधील न्यूफाउंडलँड या भागाच्या आसपास ही वसाहत होती. कार्बन डेटिंगनुसार ही वसाहत तिथे बराच काळ टिकून होती. मजेचा भाग असा की, एरिकसनचे वडील एरिक द रेड हे एक प्रसिद्ध नॉर्समन होते. त्यांनी ग्रीनलँडमध्ये नॉर्स वसाहती वसवल्या होत्या. यावरून हे दिसते की, अशा प्रकारे संशोधनात्मक प्रवास करणे हे त्याच्या रक्तातच होते.

आजकाल मी नेटफ्लिक्सवर बरेच व्हायकिंग कार्यक्रम बघतो. त्यांचे संशोधनाचे चित्रण पाहणे खूप आश्चर्यकारक आहे. तुम्ही एखाद्या छोट्याशा बोटीत बसता आणि नवीन जग शोधायला समुद्रामार्गे निघता. तुम्हाला काय मिळणार आहे, दिसणार आहे, सापडणार आहे याचा तुम्हाला काहीही अंदाज असत नाही. ही मनातली साहस आणि अदृश्याची आवड आपल्या आत्ताच्या जगण्यातून हरवली आहे. आजकाल आपल्याला काहीही शोधायला बाहेर पडण्याच्या आधी तिथे काय असू शकेल याचा पुरावा हवा असतो. तुम्ही मला आधी हे पुराव्यानिशी सिद्ध करून दाखवा. मग त्यानंतर मी त्याबद्दल विचार करेन.

एका मैत्रिणीसोबत बोलताना माझ्या हे लक्षात आले. आम्ही अध्यात्माबद्दल काही चर्चा करत होतो, तेव्हा ती मला म्हणाली की, आधी

मला त्या गोष्टींच्या अस्तित्वाची खात्री पटायला हवी. त्यानंतर मी कृतीचा विचार करेन.

मी याबद्दल काही माहिती गोळा केली आणि लक्षात आले की, वैज्ञानिक दृष्टिकोनातून असा मतप्रवाह तयार झाला आहे. आत्ताचा समाज हा विज्ञानाधारित आहे. त्यामुळेच त्याप्रमाणे विचार करण्याची ही सवय आपल्या नेहमीच्या भाषेत झिरपली आहे. जी गोष्ट पुराव्याने शाबूत करता येत नाही ती अस्तित्वातच नाही. वारंवार प्रयोगाने जर ती सिद्ध होत नसेल तर त्यामध्ये काहीतरी दोष आहे.

मी स्वतःही नेमका असाच विचार करतो. माझ्या आयुष्यातल्या सगळ्या बदलांबद्दल विचार करताना मला या मागचे विज्ञान समजून घ्यायचे असते. माझ्या पॉडकास्टवर मी तुम्हाला ज्या ज्या सवयींबद्दल सांगतो त्यामागचे वैज्ञानिक सत्य तुम्हाला दिसावे असे मला वाटते.

पण कधी कधी अशी वेळ येते की, एखाद्या गोष्टीला काहीही पुरावा नसतो. त्या वेळेला तुम्हाला तुमची संशोधनाची टोपी डोक्यावर ठेवून प्रवासाला निघावे लागते. त्या शूर नॉर्वेजियन लोकांसारखे समुद्रामध्ये आपले होडके लोटून द्यायचे. पुढे काय दिसणार आहे याची काहीही कल्पना नसतानाही प्रवासाला निघायचे. हीच साहसाची भावना आपल्याला आयुष्यात नवनवीन गोष्टी मिळवून देऊ शकते. आपण जर शोधच घेतला नाही तर एकाच ठिकाणी रुतून बसू, तसेच राहू. आणि बदलणाऱ्या जगात आपण जर तसेच शिल्लक उरलो तर तांत्रिकदृष्ट्या आपला प्रवास मागच्या दिशेने होत असतो.

तुमचा सवयींचा प्रशिक्षक म्हणून मी तुम्हाला एक प्रश्न विचारू इच्छितो. याआधी तुम्ही शेवटची एखादी नवीन गोष्ट कधी केली आहे? आपल्याला काय मिळणार आहे किंवा हा मार्ग आपल्याला कुठे नेणार आहे याचा विचार न करता तुम्ही कधी प्रवासाला निघालात?

स्वतःतल्या संशोधक वृत्तीची सुरुवात करण्यासाठी वेगवेगळ्या गोष्टींबद्दल विचार करायला लागा. हनुवटी खाजवत विचार करणारी, चेहऱ्यावर प्रश्नार्थक भाव दिसणारी तुमची छबी मला दिसू द्या. त्यामुळे जगण्यातले नाट्य वाढते!

हॉटेलमधल्या या नवीन पदार्थाची चव कशी असेल बरे?

ऑफिसला जायला दुसरा एखादा मार्ग आहे का?

या नवीन ऑनलाइन अभ्यासक्रमातून मी काय शिकेन?

संशोधक बनण्याची आणि आयुष्यात नवनवीन गोष्टी शोधण्याच्या तुमच्या सवयीची सुरुवात फक्त विचार करण्यातून होते. स्वतःला सवय लावा : हे काय असेल? ही व्यक्ती कोण असेल? आणि असेच काही प्रश्न. तुमच्यातील साहसी संशोधकाला मुक्त करा आणि तुमच्या आयुष्याचा त्या नॉर्वेजियनप्रमाणे विकास होताना पाहा.

किनाऱ्यावर उभे राहून सागराकडे पाहत विचार करणारा लैफ एरिकसन मला दिसतो. मला खात्री आहे की त्या वेळेला तो असाच विचार करत असेल, 'मला असे वाटते...' किंवा नेमके सांगायचे तर नॉर्वेजियन भाषेत 'येय ल्युरे...' (Jeg lurer) असे म्हणाला असेल!

सराव

या सरावासाठी तुमच्यातील संशोधक वृत्तीला बाहेर आणा. गांभीर्याने सांगायचे तर तुमच्या कपाटात पडून असलेली ती संशोधकाची टोपी बाहेर काढा. तुमची ही संशोधक वृत्ती इथून पुढे तुमच्या सरावाचा किंवा कामाचा भाग असू दे. जेव्हा जेव्हा तुम्हाला ती टोपी दिसेल तेव्हा तिला आपल्या डोक्यावर घाला. काही क्षण थांबून विचार करा आणि म्हणा, 'काय असेल ते...? आता नियम असा आहे की, एकदा तुम्ही हे शब्द उच्चारलेत की, तुम्हाला पुढे विचार करावा लागतो आणि या प्रश्नाचे उत्तर होऊन तुमच्या मनात येणारा प्रश्न लिहून काढावा लागतो.

हे करत असतानाच तुमच्या मनातील 'आय वंडर...' यांनी सुरुवात होणारे सगळे प्रश्न लिहून काढा.

....

....

....

....

....

स्वतःला ही सवय लावून घ्या आणि लवकरच तुमच्या लक्षात येईल की, तुम्ही जगाकडे वेगळ्या दृष्टिकोनाने पाहू लागला आहात. वेगवेगळ्या गोष्टींबद्दल तुम्हाला अधिकाधिक रुची उत्पन्न करणारे प्रश्न पडू लागतील. तुमची विचार करण्याची पद्धत बदलेल. तुमच्या मेंदूला कुतूहल निर्माण करणारे प्रश्न विचारण्याची सवय लावा. त्यासाठी एखाद्या बाह्य गोष्टीची मदत घ्या. आपल्या दैनंदिन आयुष्यात आपण स्वतःच्या मनातील कुतूहल मारून टाकतो. हे बदलून टाकण्याची वेळ जवळ आली आहे.

कबुतराचे घरटे

मला तुम्हाला उडणाऱ्या उंदरांबद्दल सांगू द्या. तुम्हाला ठाऊक आहे का कबुतर कधीही झाडांवर घरटी बांधत नाहीत? लॉकडाऊनच्या काळात जेव्हा मी स्वतःच्या शेतावर राहत होतो, तेव्हा माझ्या हे लक्षात आले. मी तिथे तब्बल आठ महिने राहिलो आणि मला तिथे एकही कबुतर दिसले नाही.

शहरात आपल्याला सर्वत्र कबुतर आढळतात. त्यामुळे आपण हे गृहीत धरून चालतो की, ती सगळीकडेच असतील. त्यांना उडणारे उंदीर किंवा पंखवाले उंदीर म्हटले जाते, कारण की ते शहरांमध्ये बहुसंख्येने आढळतात. शहरात ती जास्त दिसतात, कारण शहरांमध्ये त्यांना घरटी बांधण्यासाठी खबदाडी उपलब्ध असतात. जंगलामध्ये घरटे बांधायचे तर ते पर्वत किंवा कड्यांच्या फटीमध्ये, खबदाडीत, खोपच्यात अशा ठिकाणी बांधतात. उंच कड्यामधल्या रिकाम्या पोकळ जागा शोधून तिथे ते आपली घरटी बांधतील.

त्यांच्यातील नर चांगली जागा शोधतो आणि त्यानंतर गुंजारव करायला सुरुवात करतो. त्याला जोडीदार मिळाला की, त्यानंतर तो त्या ठिकाणी घरटे बांधतो. शहरातील इमारती त्यांच्यासाठी उंच कड्यासारख्याच असतात. इमारतीतल्या छोट्या-छोट्या कानाकोपऱ्यामध्ये ते घरटी बांधू शकतात. कबुतरांसाठी राहण्यासाठी शहर जणू स्वर्गच असतो.

याचप्रमाणे आपण मनुष्यजातसुद्धा सवयींचे गुलाम असतो. कुणाला लायब्ररीत वेळ घालवायला आवडतो. कुणाला सतत काम करायला आवडते, कुणाला मॉलमध्ये जाऊन खरेदी करायला आवडते, तर काही जणांना बारमध्ये बसून प्यायला आवडते.

पण कबुतर ज्याप्रमाणे कधीही झाडांवर घरटी बांधतच नाही तसे आपण नसतो. माणूस म्हणून आपण जाणीवपूर्वक वेगळे निर्णय घेऊ शकतो. आपल्याला काय करायचे आहे, कुठे जायचे आहे, जगासमोर आपण स्वतःला कसे आणायचे आहे या सगळ्याची आपण संपूर्ण विचारपूर्वक निवड करू शकतो.

कधी कधी आपल्याला अडकून पडल्यासारखे होते. आयुष्यात ज्या ठिकाणी, ज्या स्थितीत आपण आहोत तिथे असण्याची आपली इच्छा नसते. खरेतर आपण हे लक्षातच घेत नाही की, आपल्या जुन्या सवयींनीच आपल्याला त्या ठिकाणी जखडून ठेवलेले असते. याहून अधिक महत्त्वाचं म्हणजे आपल्या आयुष्यातील आपल्या सभोवतीची इतर माणसंसुद्धा आपल्याला एका ठिकाणी बांधून ठेवतात. तुम्ही पाहिले का? सगळी कबुतरे एका ठिकाणी घरटी बांधून राहतात. गरुडांची घरटी झाडात असतात.

तुम्हाला जर तुमच्या आयुष्यात काही बदल करायचा असेल तर तुमच्या सवयी, तुमची परिस्थिती, वातावरण आणि ज्या लोकांसमवेत तुम्ही वावरता किंवा राहता या सगळ्यांमध्ये मूलगामी बदल घडणे आवश्यक आहे.

मला जेव्हा स्वतःचे वजन कमी करून निरोगी व्हायचे होते त्या वेळच्या परिस्थितीचा मी विचार करतो. माझे काही मित्र रात्री अकरा वाजता भेटून पहाटे चारपर्यंत पार्टी करत आणि खात-पीत असत. मी त्यांना भेटणे बंद करून टाकले. स्वतःच्या सवयी बदलण्यासाठी मला माझ्या भोवतीचे वातावरण बदलणे भाग पडले.

हळूहळू मी शहरातल्या वेगवेगळ्या जिम्समध्ये अधिकाधिक काळ घालवू लागलो. मी योग क्लासला जाऊ लागलो आणि योग केंद्रांना भेटी देऊ लागलो. मी अशा योगशिक्षकांना भेटलो, जे रोज संध्याकाळी सहा वाजता जेवायचे आणि रात्री दहापर्यंत झोपून जायचे. पिझ्झा रेस्टॉरंटच्याऐवजी मी सॅलड बारमध्ये जाऊ लागलो. आईस्ड टीच्या ऐवजी कोंबूचा (Kombucha) पिऊ लागलो.

या सगळ्याचा एकत्रित मथितार्थ असा आहे की, आपण स्वतःचा वेळ कुठे घालवतो हे महत्त्वाचे आहे. आपण कोण, कसे आणि काय बनणार हे आपला भवताल ठरवत असतो.

आपल्यापैकी बरेच जण घरामधल्या विषारी किंवा विखारी वातावरणात

अडकलेले असतात. मग ती माणसे जास्तीत जास्त वेळ घराबाहेर काढू लागतात. वेगवेगळ्या ठिकाणी जाऊ लागतात. बऱ्याच जणांना श्रीमंत आणि मातब्बर व्हायचे असते. पण आपण अशा वातावरणात अडकतो जिथे आपल्याला श्रीमंत, संपन्न असे वाटूच दिले जात नाही.

कोणे एके काळचा जगातील सर्वाधिक श्रीमंत व्यक्ती ॲरिस्टॉटल ओनासिस याचे एक वाक्य मला आठवते. तो म्हणायचा, 'मी लोकांना असा सल्ला देईन की, तुम्ही शहरातल्या सर्वोत्तम हॉटेलमध्ये जमेल तितका वेळ घालवा. तिथल्या लॉबीत नुसते बसून राहा किंवा तिथल्या कॉफी शॉपमध्ये जाऊन मेन्यूमधला सर्वात स्वस्त पदार्थ मागवा. पण त्या स्थली तुम्ही तुमचा जास्तीत जास्त काळ घालवा. आजूबाजूच्या लोकांना पाहून तुम्ही बऱ्याच गोष्टी शिकू शकाल. हळूहळू त्यांची विचार करण्याची पद्धत तुम्ही आत्मसात करत जाल.'

लॉबीत बसून तुम्ही कदाचित नवे मित्र कराल. त्यांच्यामुळे तुम्ही अजून नवनव्या लोकांना भेटाल. हळूहळू तुमचा मित्रवर्गच बदलत जाईल. आपण ज्या जागांवर आपला जास्तीत जास्त वेळ घालवतो त्या सार्वजनिक जागा आपल्या आयुष्यात महत्त्वाची भूमिका बजावतात किंवा आपण जसे आहोत तसे आपल्याला घडवत जातात.

म्हणून तुम्हाला कुठल्या प्रकारचे आयुष्य जगायचे आहे हे ठरवणे हीच तुमच्या सवय बदलाची सुरुवात होईल. दुसऱ्या टप्प्यावर, तुम्हाला ज्यांचे जगणे आकर्षक वाटते आहे, ते नेहमी कुठे जातात त्या जागा शोधा. तुमच्या नेहमीच्या असण्याच्या जागा बदला आणि त्या ठिकाणी जायला सुरुवात करा.

मी आधी म्हणालो तसे तुम्ही एक कबुतर नाही आहात. लक्षात घ्या की स्वतःचा भवताल आणि घरटे बांधण्याच्या जागा बदलण्याची क्षमता तुमच्यात आहे!

सराव

तुमच्या स्वप्नातील आयुष्य जगण्यासाठी तुम्हाला बदलणे आवश्यक असणाऱ्या तीन गोष्टी लिहून काढा.

....

....

....

....

....

....

तुमचे स्वप्नातील आयुष्य जगण्यासाठी तुम्ही कसे होणे आवश्यक आहे ते लिहून काढा.
त्यानंतर तुमचे दैनंदिन आयुष्य कसे असू शकेल हे लिहा.

....

....

....

....

....

....

तुमचे भविष्यातल्या स्वप्नातील जगणे आणि आत्ताचे आयुष्य यांमध्ये काय फरक आहे त्याचा विचार करा.
हे अंतर मिटवण्यासाठी तुम्हाला काय करता येईल, याचा विचार करा आणि त्या प्रश्नांची उत्तरे लिहून काढा.

तुमच्या अवतीभवती कोण असायला हवे? कुठला महत्त्वाचा स्थानबदल करणे गरजेचे आहे? कुठल्या दैनंदिन सवयी तुम्ही बदलायला हव्या आहेत?

....

....

....

....

....

....

धाडसी व्हा

तुम्हाला ठाऊक आहे का, जगातील पहिले आंतरवांशिक चुंबनदृश्य अमेरिकन टीव्हीवरील 'स्टार ट्रेक' या मालिकेमध्ये होते? कॅप्टन कर्क आणि उहूरा या दोघांवर ते चित्रित केले होते. मुळात आधी हे चुंबनदृश्य स्पॉक आणि उहूरा यांच्यावर चित्रित होणार होते. पण विल्यम शॉर्टनरला जेव्हा हे लक्षात आले की, त्यात बदल करून आपण एक वेगळा इतिहास घडवणार आहोत, तेव्हा त्यांनी लगेच हा बदल केला.

तुम्हाला 'स्टार ट्रेक'बद्दल माहिती नसली तर थोडक्यात सांगू इच्छितो. ती एक जगप्रसिद्ध मिश्रवंशिय मालिका होती. स्टार स्ट्रेक एंटरप्राईज नावाच्या यानातील कॅप्टन, सर्व अधिकारी आणि कर्मचारी असे मिळून ज्ञात असलेल्या जगाच्या वेशी ओलांडून अज्ञात अवकाशातील नवनवीन जगाचा शोध घेण्यासाठी बाहेर पडले होते. यातील सुरुवातीच्या काही ओळी विशेष प्रसिद्ध होत्या. 'हे स्टार शिप इंटरप्राईजेसचे विविध प्रवास आहेत, हे एकूण पाच वर्षांचे मिशन आहे. नवीन जगांचा शोध घेणे हा उद्देश आहे, नवी संस्कृती, नवीन जगणे शोधून काढायचे आहे. याआधी जिथे कोणीही मनुष्य गेला नाही तिथे धाडसाने पोचण्यासाठी आम्ही निघालो आहोत!'

यातला मला ठळकपणे जाणवला तो शब्द म्हणजे 'धाडस'. तो किती ताकदवान आणि शक्तिशाली शब्द आहे. लहानपणी हा कार्यक्रम बघताना मी हजारो वेळा या ओळी मोठ्यांना बोललो असेन. पण आत्ता कुठे मला त्यातल्या 'धाडसाने' या शब्दाची खरी ताकद समजते आहे. त्या शब्दाला एक वजन आहे. एक दर्जा आहे. भीतीवर मात करण्याची भावना आहे. तुमच्या

स्वतःच्या मान्यता आणि तत्त्वानुसार ताठ उभे राहून जगात जे योग्य आणि न्याय्य आहे त्यासाठी एक भूमिका घेण्याची शक्ती आहे.

शब्दकोशामध्ये 'धाडसी' या शब्दाचा अर्थ (व्यक्ती, कृती किंवा कल्पना) जोखीम पत्करण्याची तयारी, आत्मविश्वास आणि धीट असा दिला आहे. या अर्थाने मला विचारात पाडले. धाडसी असणे ही सवय होऊ शकते का? आपण जे कोणी आहोत त्याचा किंवा आपल्या व्यक्तिमत्त्वाचा भाग होऊ शकतो का?

आपल्यातील अनेकांसाठी आत्मविश्वास हे एक स्वप्नच असते. आपण आत्मशंकेने ग्रस्त असतो. स्वतःबद्दल आपल्या शक्य तितक्या वाईट कल्पना असतात. आपल्या कृतिशील क्षमतांबद्दल आपल्या मनात अजिबात खात्री नसते. याच्या परिणामस्वरूप आपल्याला आत्मविश्वास असत नाही आणि म्हणून आपण काही करतही नाही. आयुष्य आपल्याला देऊ करत असलेल्या प्रत्येक संधीला आपण नाकारत जातो. ते सगळे ऐश्वर्य जे आपलं होऊ शकलं असतं ते आपण वाया घालवतो.

धाडस या शब्दाचा वर्णन करणारा दुसरा समानार्थी शब्द आहे 'धैर्य'. धैर्य म्हणजे धोकादायक किंवा असुरक्षित, त्रासदायक परिस्थितीचा सामना करण्याची आपली क्षमता. आपल्याला आयुष्यात क्वचितच एखाद्या धोकादायक परिस्थितीला सामोरे जाण्याची वेळ येते. परंतु आपण अनेक वेळेला असुरक्षित परिस्थितीत असू शकतो. आपल्या मनात त्रासदायक गोष्टींची भीती बसलेली असते. आपण पटकन अपमानित होऊ शकतो. फारसा प्रयत्न न करता आपण हार पत्करतो. त्यामुळेच अवघड किंवा त्रासदायक अशा गोष्टी करण्याची क्षमताच आपण हरवून बसतो.

आपण अधिक आत्मविश्वासपूर्ण आणि साहसी असतो, तर आपले आयुष्य कसे झाले असते याची कल्पना तर करून पाहा. नेमक्या शब्दात सांगायचे तर आपण 'धाडसी' बनलो असतो!

मला एकदा टीव्हीवरील बातम्या देणाऱ्या चॅनलवर आर्थिक सवयींबाबत चर्चा करण्यासाठी बोलावले होते. आता आपल्यातील बहुतेकांसाठी ही गोष्ट थोडीशी भीतिदायक असू शकते. माझ्यासाठी ती याहून काही वेगळी नव्हती. परंतु यातली कळीची गोष्ट ही होती की, ती मुलाखत हिंदीमध्ये होती.

नेमके सांगायचे तर माझ्या आयुष्यातल्या हिंदी भाषेच्या बहुतेक सगळ्या

परीक्षा मी नापास झालो होतो. माझा शब्दसंग्रह जवळजवळ शून्य होता, पण तरीही जेव्हा या मुलाखतीसाठी मला विचारले गेले त्या वेळेला मी काय केले? माझ्या भीतीने माझ्या मेंदूवर मात करण्याआधी मी हो म्हणून टाकले.

अतिशय लोकप्रिय अशा हिंदी चॅनलवर असणे... अहाहा! मी एकाच वेळी खूप घाबरलो होतो आणि चिंताग्रस्त झालो होतो. त्या वेळी मला तो धाडसी हा शब्द आठवला आणि तीच माझ्या धाडसी असण्याच्या सवयीची सुरुवात ठरली. मला माझ्या हिंदी भाषेच्या कौशल्याबाबत अजिबात खात्री नव्हती. भाषेच्या किंवा व्याकरणाच्या कितीही चुका झाल्या तरीही मी स्वतःचा मुद्दा लोकांपर्यंत नेमकेपणाने पोचवू शकेनच याची मात्र मला पक्की खात्री होती.

खरे सांगायचे तर तिथे कसलाही धोका नव्हता, हे समजल्यामुळेच माझ्यात धाडस निर्माण झाले म्हणजे मी अस्वस्थ झालो होतो. पण मी त्याचा सामना करू शकलो असतो. तो दिवस आणि ती वेळ उजाडली. माझ्याकडील लोकांना उपयोगी होऊ शकेल अशी आर्थिक सवयींची माहिती आणि विचार मी स्वतःच्या शब्दात मांडले. माझे संपूर्ण लक्ष लोकांना होणाऱ्या मदतीवर केंद्रित केले. लोकांना मी कसा दिसतो याकडे दुर्लक्ष केले.

ती मुलाखत चांगली झाली. मुलाखतकार कविता हिने मला गरज होती त्या त्या वेळी माझी चांगली मदत केली. तुम्हाला हवे तर तुम्ही ती मुलाखत कधीही पाहू शकता. (सर्च करण्यासाठी – Ashdin Doctor ET NOW.)

या चांगल्या सवयीची सुरुवात करण्यासाठी तुमच्या आयुष्यातील असे प्रसंग आणि वेळ ओळखा जिथे तुम्ही धाडसी असण्याची गरज आहे. कदाचित तुम्हाला कुणाच्या तरी विरोधात ठामपणे उभे राहावे लागेल. एखाद्या वाईट नात्यातून बाहेर पडण्याची वेळ येईल. किंवा नवीन नोकरीची सुरुवात करायची असेल.

अगदी छोट्या स्वरूपात सुरुवात करा आणि अधिकाधिक धाडसी बनत जा. भीतिमुक्त, आत्मविश्वासपूर्ण आणि धाडसी. स्टारशिप एंटरप्राईजेसच्या प्रवासासारखेच, जिथवर कधीही कुणीही गेले नाही तिथपर्यंत धाडसाने पोहोचा.

आणि हो, हे सर्व 'स्टार ट्रेक'प्रेमींसाठी मी ते शेवटचे वाक्य धाडसाने बदलले आहे!

सराव

धाडसी असणे ही एक आवश्यक सवय आहे. शौर्य तुमच्या व्यक्तिमत्त्वाचा भाग होण्यासाठी पुढील सराव करा.

आज जर तुम्ही धाडसी व्हायचे ठरवले, तर कुठल्या तीन गोष्टी कराल? त्या लिहून काढा. उदाहरणार्थ, असा एखादा छंद जो जोपासण्याची तुम्हाला भीती वाटते आहे. तुम्हाला सन्मानाने न वागवणाऱ्या व्यक्तीपुढे ठामपणे उभे राहण्याची तुम्हाला भीती वाटत असेल. किंवा अशी एखादी नवीन केशरचना जी तुम्हाला आवडते, पण करण्याचा धीर होत नव्हता.

....

....

....

....

....

....

पुढच्या टप्प्यावर तुमच्या भीतीचे वर्णन करा. नेमकी कशाची भीती तुम्हाला वाटते आहे? तुम्हाला जे हवे ते करण्यापासून कुठली गोष्ट तुम्हाला रोखून धरते आहे?

....

....

....

....

....

....

आता या गोष्टी तपासून पाहा. खरेच त्या भीतिदायक आहेत का निव्वळ तुम्हाला अवघड वाटते आहे? तुमच्या सर्व भीती एका खोक्यात बंद करून, त्याच्यावर सिमेंट टाकून, त्याला खोल समुद्रात फेकून देत आहात, असे एक कल्पनाचित्र तुमच्या डोळ्यांसमोर निर्माण करा. त्या भीती आता पुन्हा तुमच्यापर्यंत कधीही पोहोचू शकणार नाहीत.

तुमच्या उत्तराकडे जा आणि तीनपैकी कुठलीही एक गोष्ट निवडा. ती कितीही लहान असली तरी त्यात सुधार करण्यासाठी आवश्यक असलेली कृती करा. मग ती कितीही छोटी असू दे. तुम्ही जेव्हा ही कृती पूर्ण कराल त्या वेळेला स्वतःच्या धाडसाचे कौतुक करा. आपल्यातील निर्भय वृत्ती, शक्ती आणि कार्य केल्यानंतर जाणवणाऱ्या ताकदीला अनुभवा. विश्वास ठेवा. आणि हळुवारपणे पुढच्या दोन कृती करण्यासाठी स्वतःला उत्तेजन द्या.

सतत किरकिर करणे थांबवा

तुम्हाला ठाऊक आहे का, की किरकिर हा जगातला सगळ्यात वैतागवाणा आवाज आहे? संशोधकांनी केलेल्या अभ्यासानुसार मुलांनी सतत केलेली किरकिर ही फळ्यावर नखाने काढलेल्या ओरखड्यापेक्षा, लोखंडाला भोक पाडताना केल्या जाणाऱ्या आवाजापेक्षा, रडण्यापेक्षा आणि करवतीने लाकूड कापताना होणाऱ्या आवाजापेक्षाही अधिक त्रासदायक असते.

वयाच्या दुसऱ्या ते चौथ्या वर्षी मुले किरकिर करायला सुरुवात करतात. त्यांना हे लक्षात येते की, अशा प्रकारे किरकिर किंवा चिरचिर केली की ते आजूबाजूच्या मोठ्या माणसांचे लक्ष वेधून घेण्यात यशस्वी होतात. संवाद साधण्याचा आणि परिस्थितीवर किंचित प्रकारचा ताबा मिळवण्याचा हा त्यांचा प्रयत्न किंवा मार्ग असतो. अर्थातच त्याचा उपयोग होतो. कारण पालक वैतागून आणि चिडून त्यांना प्रतिसाद देतात. किरकिर करतानाची आवाजाची चढलेली पट्टी ही प्रत्यक्ष रडण्यापेक्षा अधिक त्रासदायक असते.

अशाप्रकारे किरकिर किंवा कुरकुर केल्यानंतर लोकांचे लक्ष वेधून घेता येते हे एकदा समजले की, बरीच माणसे वय वाढले तरी तेच करत राहतात. अशा प्रकारे उंच चढ्या आवाजात सतत कुरकुरणारी अनेक वैतागवाणी माणसे आपल्याला माहीत असतात. त्यांना सणकन एक रट्टा ठेवून देण्याची इच्छा होते!

लहान मुले आणि प्रौढ यांच्या किरकिरण्यात एक मोठा फरक असतो. लहान मुले किरकिरतात, कारण त्यांना एखादी गोष्ट तत्क्षणी, ताबडतोब हवी असते- 'मला आत्ता चॉकलेट हवं.' या उलट मोठी माणसे इतरांच्या

संभाषणात आपली किरकिर अगदी सहजपणे पुढे आणतात 'मग सुझी या वीकेंडला काय मजा करणार आहेस?' की लगेच सुझी उत्तर देते, 'अरे देवा! काम आणि मुले आणि एवढी भरायची ही इतकी बिलं. या सगळ्यांतून मला जगायला वेळ तरी कुठे उरतो? मी कामात इतकी गर्क असते की कसलीही मजा करूच शकत नाही.'

हे आहे प्रौढ माणसाच्या किरकिरण्याचे उत्तम उदाहरण! एखाद्या मोठ्या माणसाने स्वतःकडे लक्ष वेधून घेण्यासाठी किंवा इतरांना त्यांची दखल घ्यायला भाग पाडण्यासाठी केलेला प्रयत्न असतो. प्रौढवयीन व्यक्तींनी किरकिर करण्याची तीन खास कारणे आहेत.

ते तीव्र नैराश्याने ग्रस्त असतात आणि ही परिस्थिती बदलण्यासाठी आपण पूर्णपणे शक्तिहीन आहोत असे त्यांना वाटत असते.

एखाद्या परिस्थितीबद्दल एकाच वेळी ते खूप दुःखी असतात आणि प्रचंड रागावलेले असतात. आणि ही आपलीच चूक आहे याची त्यांना चिंता वाटत असते.

स्वतःचे सांत्वन कसे करायचे हे त्यांना ठाऊक नसते.

मोठे झाल्यावर या तीनपैकी कुठल्याही परिस्थितीत अडकलो की आपण कुरकुर करायला सुरुवात करतो. मग आपण ऐकणाऱ्या कुणाकडेही किंवा सगळ्यांकडेच सतत तक्रार करत राहतो. कधी ना कधी त्या व्यक्तीला या सततच्या किरकिरण्याचा कंटाळा येऊन ती व्यक्ती आपल्याशी बोलणे बंद करणार आहे, हे आपल्या लक्षातच येत नाही. आणि त्यामुळे आपल्या दुःखात पुन्हा भरच पडणार असते. त्यामुळे जग बदलण्याच्या आधी आपण स्वतःला बदलण्याची आवश्यकता आहे. ही सततची कुरकुर, किरकिर किंवा चिरचिर थांबवण्यासाठी आपल्याला काय करता येईल हे आधी पाहू या.

पहिल्यांदा, तुमच्या आवाजाची पट्टी काय आहे ते जाणून घ्या. तुम्ही नाकातून, उंच आवाजात बोलता आहात का? पूर्ण वाक्य बोलण्याऐवजी तुम्ही सतत 'प्लीज', 'आत्ता' असे शब्द वापरता आहात का?

यानंतर तुमच्या चेहऱ्यावरील ह्या भावांकडे लक्ष द्या - तुम्ही हसून बोलता आहात की कपाळाला आठ्या घालून बोलताय? एखादी गोष्ट मागताना थोडेसे हसून आणि मान वर करून बोलण्याचा प्रयत्न करा. त्यामुळे तुम्ही तक्रार किंवा कुरकुर करता आहात असे वाटत नाही.

त्यानंतर तुम्ही आपली वाक्यरचना कशी करता याकडे लक्ष द्या. 'माझे तुझ्यावर खूप प्रेम आहे. पण तू मला अजिबातच पुरेसा वेळ देत नाहीस. मीच नेहमी नेहमी तुला भेटण्याची मागणी करते.' ही किरकिर आणि तक्रार आहे. त्या ऐवजी : 'माझे तुझ्यावर प्रेम आहे आणि तुझ्याबरोबर वेळ घालवायला मला आवडेल, आपण एकत्र वेळ घालवू शकलो तर ते किती आनंदाचे होईल. तुझ्यासोबत कितीही वेळ असले तरी ते कमीच वाटते.' या दोन वाक्यांतला फरक तुम्हाला जाणवला का? पहिले वाक्य तक्रार आहे तर दुसरे वाक्य सूचना आणि कौतुक आहे.

या दोन्हींपैकी कुणाला चांगला प्रतिसाद मिळू शकेल? किरकिरण्याने अंतिमतः तुम्ही लक्ष वेधून घेण्यात यशस्वी व्हाल, पण अर्थातच त्याचा परिणाम नकारार्थी असेल. दुसऱ्या मार्गाने गेलात तर कदाचित तुम्हाला जेवणाचे आमंत्रण मिळू शकेल!

सतत तक्रार करणाऱ्या लोकांबद्दलची अजून एक त्रासदायक किंवा विनाशकारी गोष्ट अशी असते की, ते समोरच्या व्यक्तीच्या मनात अपराधी भावना निर्माण करून त्यांना कृती करायला भाग पाडतात. एखादी गोष्ट तुम्ही करत नाही म्हणून तुमच्या मनात अपराधी भावना निर्माण करण्याचा त्यांचा प्रयत्न असतो. अपराधी भावना निर्माण करणे हे एक प्रकारचे आक्रमक वर्तन आहे. कारण ज्या ज्या वेळेला या आक्रमकतेचा शस्त्र म्हणून उपयोग केला जातो त्या त्या वेळेला समोरच्या व्यक्तीला त्यांच्यावर कुणीतरी हल्ला करत आहे अशी भावना निर्माण होते. मग ती व्यक्ती तुमच्यासोबत काम करणे थांबवते किंवा तुमच्यासोबत असणेच थांबवून टाकते.

आता नेमके काय शोधायचे आहे हे एकदा तुमच्या लक्षात आले असेल तर या सोप्या सवयीची सुरुवात कुरकुर करणे थांबवण्यापासून करता येईल. त्यासाठी नेमक्या कुठल्या गोष्टीबद्दल आपल्याला सतत तक्रार करावीशी वाटते ते आधी जाणून घ्या.

आपल्यापैकी प्रत्येकाकडेच सतत तक्रार करण्यासारखे काही ना काही, किमान एक कारण तरी असतेच. कुणासोबत तरी पुरेसा वेळ न घालवता येणं, पुरेसा पैसा नसणे, स्वतःची नोकरी किंवा काम न आवडणे, आपल्यावर कुणी प्रेम करत नाही, ह्या भावनेने ग्रस्त असणे आणि पुढे पुढच्या टप्प्यावर तुम्ही स्वतःवर काम करण्यास सुरुवात करा. ज्या वेळेला तुम्हाला असे

लक्षात येईल की, आपण तक्रार करतो आहोत त्या वेळेला ती वाक्यरचना किंवा शब्दरचना बदला आणि त्याचे रूपांतर समोरच्या व्यक्तीच्या कौतुकात करा. तीच गोष्ट हसून सांगण्याचा प्रयत्न करा. ती कल्पना किंवा विचार वेगळ्या शब्दात मांडा.

तुम्ही जर तक्रार करत असाल तर थांबा आणि तिथून पुढे जा. किरकिर करणारे, रडके बाळ होऊ नका. एक सक्षम, ताकदवान, जबाबदार व्यक्ती व्हा. अशी व्यक्ती जी किरकिर न करता संवाद करू शकते.

सराव

या सरावासाठी स्वतःच्याच वर्तनाचे निरीक्षण करा की, तुम्हाला किरकिरण्याची सवय तर नाही ना? त्यासाठी पुढील गोष्टी करून पाहा.

लोक तुम्हाला जेव्हा विचारतात की, तुम्ही कसे आहात तर या प्रश्नाचे उत्तर तुम्ही कसे देता? याचा विचार करा. तुम्ही कुठले शब्द निवडता, कुठल्या स्वरात आणि सुरात बोलता, कुठल्या प्रकारची भावना तुम्ही लोकांपर्यंत पोहोचवू पाहता. याचे परीक्षण करा.

तुम्ही जर किरकिर करत असाल तर स्वतःला असा प्रश्न विचारा की, 'मला अशा प्रकारे किरकिरण्याची गरज का भासते आहे?'

उदाहरणार्थ, तुम्हाला दुसऱ्याकडून सहानुभूतीची आवश्यकता वाटते का? तुम्ही कुणाचे रक्षण करू पाहत आहात का? तुम्हाला दुसऱ्याचे लक्ष वेधून घेण्याची गरज वाटते आहे का?

जे काही कारण असेल ते लिहून काढा.

....

....

....

....

....

....

त्यानंतर तुमच्या विचारांचे पुनर्लेखन करा. ही सतत किरकिरण्याची सवय काढून टाकण्यासाठी तुम्हाला कृतज्ञतेची भावना वाढवण्याची गरज आहे. ज्या ज्या वेळेला तुम्ही स्वतःला तक्रार करताना पाहाल त्या वेळेला किमान तीन अशा गोष्टी आठवा ज्याबद्दल तुम्ही कृतज्ञता व्यक्त करू शकाल. त्यामुळे तुम्ही भूतकाळाबद्दल तक्रार करण्याऐवजी वर्तमानकाळात याल. अशा तीन गोष्टी ज्याबद्दल तुम्ही कृतज्ञ आहात त्या लिहा.

....

....

....

....

....

....

हे सहज, सोपे बदल आत्मसात करा. तुमची किरकिरण्याची सवय कधी नाहीशी होईल हे तुम्हाला कळणारदेखील नाही.

हे पुस्तक इंग्रजीमध्येही उपलब्ध आहे.